நிரபராதிகளின் காலம்
(நாடகம்)

ஸீக்ஃப்ரீட் லென்ஸ்

ஜெர்மன் மொழியிலிருந்து தமிழில்
ஜி. கிருஷ்ணமூர்த்தி

க்ரியா

Cre-A: is a contributor to Bookshare, the world's largest online digital library for people with print disabilities.

Nirabaraathikalin Kaalam, a Tamil translation of the German play *Zeit der Schuldlosen–Zeit der Schuldigen by Siegfried Lenz.*

© Hoffman and Campe Verlag, Hamburg, FRG.
© This Tamil translation: Cre-A:

Translated directly from German by G. Krishnamurthy.

First Edition: September 1988
Reprint: January 2019

Published by:
Cre-A:
New No. 2, Old No. 25, 17th East Street, Kamarajar Nagar,
Thiruvanmiyur, Chennai - 600 041. Phone: 72999 05950
Email: crea@crea.in   Website: www.crea.in

Printed at:
Sudarsan Graphics Pvt. Ltd., Chennai - 600 041

ISBN: 978-81-85602-48-6

Price: Rs. 200

ஸீக்ஃப்ரீட் லென்ஸ்

ஸீக்ஃப்ரீட் லென்ஸ் **1926**இல் கிழக்கு பிரஷ்ஷியாவில் உள்ள **லுயிக்** என்ற இடத்தில் பிறந்தார். பதின்மூன்று வயதில் ஹிட்லர் இளைஞர் அணியில் சேர அன்றைய அரசியல் சூழல் அவரைக் கட்டாயப்படுத்தியது. பதினேழாவது வயதில் பள்ளி இறுதிப் படிப்பை முடித்துக்கொண்ட பிறகு கடற்படையில் சேர்ந்தார். நான்கு மாதப் பயிற்சிக்குப் பிறகு அவர் வேலை செய்துவந்த கப்பல் உலகப் போரின்போது மூழ்கடிக்கப்பட்டது. உயிர் தப்பிய லென்ஸ் டென்மார்க் நாட்டில் கடற்படை வீரராக ஊழியம் செய்ய அனுப்பப்பட்டார். அங்கிருந்து தப்பி ஓடிய லென்ஸ் (ஹிட்லரின் ரகசிய போலீஸ் தொடர்ந்து வந்தபோதிலும்) பல தொல்லைகளுக்கு இடையே **1945**இல் ஆங்கில ராணுவ முகாமில் கைதியாகச் சரணடைந்தார். ஆங்கில மொழி தெரிந்திருந்ததால் அவருக்கு மொழிபெயர்ப்பாளராக வேலை கொடுக்கப்பட்டது. அதே ஆண்டு அவர் விடுதலை செய்யப்பட்டு ஹாம்பூர்க் நகரத்திற்குச் சென்றார். ஆங்கில இலக்கியம், இலக்கிய ஆராய்ச்சி, தத்துவம் ஆகியவற்றைப் பாடங்களாகக் கொண்டு பல்கலைக்கழகத்தில் தன் மேல்படிப்பைத் துவங்கினார். கறுப்புச் சந்தையில் பொருள்களை விற்று அதன் மூலம் கிடைத்த வருமானத்திலும், 'வெல்ட்' என்ற பத்திரிகையில் உதவி ஆசிரியராகப் பணிபுரிந்து பெற்ற ஊதியத்திலும் அவர் தன் படிப்பைப் பல இடைஞ்சல்களுக்கு நடுவே தொடர்ந்தார்.

*1951*இலிருந்து சுதந்திர எழுத்தாளராகச் செயல்படத் துவங்கினார். *1965*இலிருந்து *1973*வரை வில்லி பிராண்டின் சோசலிச ஜனநாயகக் கட்சியின் ஆதரவாளராக அரசியலில் பங்குகொண்டார்.

லென்ஸ் பெற்றிருக்கும் இலக்கியப் பரிசுகள்: ரேனே-ஷிக்ஸால் பரிசு *(1952)*, ஹாம்பூர்க் நகர லெஸ்ஸிங் பரிசு *(1953)*, பிரேமன் நகர இலக்கியப் பரிசு *(1961)*, கெர்-ஹார்ட்-ஹௌப்ட்மன் பரிசு *(1961)*, கிழக்கு ஜெர்மன் இலக்கியப் பரிசு *(1961)*, ஜியார்ஜ்-மெக்கென்ஸன் பரிசு *(1961)*, நார்த்ரைன் -வெஸ்ட்பாலிய கலைப் பரிசு *(1966)*, லெஸ்ஸிங்-ரிங் பரிசு *(1970)*, கோஸ்லார் நகரக் கலாச்சாரப் பரிசு *(1978)*, ஆன்த்ரேயாஸ்-குருபியஸ் பரிசு *(1979)*, தாமஸ் மன் பரிசு *(1984)*.

1988 அக்டோபர் மாதத்தில் ஜெர்மன் புத்தக வெளியிடுவோர், விற்பனையாளர்கள் சங்கம் அவருக்கு *1988*ஆம் ஆண்டுக்கான 'அமைதிக்கான பரிசை' (Peace Prize) அளித்தது. *2000*ஆம் ஆண்டு 'கதே'யின் *250*ஆவது ஆண்டு நிறைவில் லென்ஸுக்கு 'கதே' பரிசு அளிக்கப்பட்டது. *2014*ஆம் ஆண்டு ஸீக்ஃப்ரீட் லென்ஸ் காலமானார்.

இந்திய மொழிகள் ஒன்றில் முதன்முறையாக மொழிபெயர்க்கப்பட்டு வெளிவரும் ஸீக்ஃப்ரீட் லென்ஸின் புத்தகம் என்ற பெருமை இந்தத் தமிழ் மொழிபெயர்ப்பாகிய 'நிரபராதிகளின் காலம்' நாடகத்திற்கு உண்டு.

லென்ஸ் சிறுகதைகள், நாடகங்கள், கட்டுரைகள், நாவல்கள் என்று இருபத்தைந்து புத்தங்களுக்கு மேல் எழுதியிருக்கிறார். அவருடைய பிற முக்கியமான நாடகங்கள் 'முகம்' *(1964)*, 'வீட்டுச் சோதனை' *(1967)*, 'கண்கட்டு' *(1970)*. ●

மொழிபெயர்ப்பாளர்

ஜி. கிருஷ்ணமூர்த்தி புவியியலைக் கல்லூரியில் கற்பிக்கும் ஆசிரியராகத் தன் வாழ்க்கையைத் தொடங்கினார். ஜெர்மன் மொழி படித்து, மாக்ஸ் ம்யுல்லர் பவனில் ஜெர்மன் மொழிப் பேராசிரியராக நீண்ட காலம் பணியாற்றினார். 1960களின் பிற்பகுதியில் 'இலக்கியச் சங்கம்' நடத்திய ஜெர்மன் இலக்கியக் கூட்டங்களுக்காக, வோல்ஃப்கங் பார்ஷெட், ஹைன்ரீஷ் ப்யோல், ரில்கே போன்ற படைப்பாளிகளின் எழுத்துகளைத் தமிழில் மொழிபெயர்த்தவர். க்ரியா வெளியிட்ட காஃப்காவின் 'விசாரணை' நாவல் மொழிபெயர்ப்புக்கு ஆலோசகராக இருந்தவர். கிருஷ்ணமூர்த்தி 2005ஆம் ஆண்டு காலமானார். ●

முன்னுரை

ஸீக்ஃப்ரீட் லென்ஸின் 'நிரபராதிகளின் காலம்' என்ற ரேடியோ நாடகம் 1961இல் ஒலிபரப்பாகியது. இந்த நாடகத்தை ஒலிபரப்பாத ஜெர்மன் ரேடியோ நிலையங்களே இல்லை எனலாம். எல்லா ஐரோப்பிய மொழிகளிலும் மொழி பெயர்க்கப்பட்டு, ஐரோப்பிய ரேடியோ நிலையங்கள் அனைத்திலும் ஒலித்தது இந்த நாடகம். பிறகு மேடை நாடகமாகவும் வெற்றிநடை போட்டது. 1961இல் வெளியான இந்த நாடகத்தைத் தமிழில் மொழிபெயர்த்து இன்று மீண்டும் வெளியிடுவதற்குப் பல காரணங்கள் உண்டு. தமிழ் வாசகர்கள் அக்காரணங்களை எளிதில் புரிந்துகொள்ள முடியும். ஒரு வித பயங்கரவாதத்தின் அடிப்படையில் எழும் சமூகம், வேறு வித பயங்கரவாதத்திற்கு அடிமையாகிவிடுகிறது. ஜனநாயகம், சமதர்மம், சமூக நீதி, சிறுபான்மையர், பெரும்பான்மையர், கடமை, கண்ணியம், கட்டுப்பாடு, மனிதாபிமானம் எல்லாமே கேலிக்கூத்தாகிவிடுகிற இந்த நிலையில், ஜாதி, மதம், இனம், கொள்கை, சீர்திருத்தம் என்பவற்றின் பெயரால் வெறி என்ற எரிமலை வெடித்துச் சாதாரணக் குடிமகனின் சிந்தனைத் திறனை அழித்துவிடுகிறது. அறிவுஜீவிகள் மௌனமாகின்றனர். அல்லது களையெடுக்கப்படுகின்றனர். பல ஹிட்லர்கள் உருவாகும் சூழல் பிறக்கும்; வளரும்; மக்களை

அடிமையாக்கும். இந்தியாவின் ஒருசில பகுதிகளிலும், அண்டை நாடுகளிலும் இவ்வாறான பயங்கரவாதம் தலை விரித்து ஆடுகிறது.

ஸீக்ஃப்ரீட் லென்ஸ், ஜெர்மனியின் அரசியல், பொருளா தார, சமூக, கலாச்சார வளர்ச்சியைக் கூர்ந்துநோக்கி, அவற் றின் சில அம்சங்களை இலக்கியப் படைப்புகளின் வாயிலாக மக்கள்முன் வைப்பவர். நல்லது கெட்டதை மக்களுக்கு எடுத் துச்சொல்லும் கடமை எழுத்தாளருக்கு இன்றியமையாதது என்று கருதுபவர். அதற்காக ஒரு எழுத்தாளன் தன் நாட்டின் அரசியல் வளர்ச்சியில் நேரடியாகவும் பங்குகொள்ள வேண் டும் என்று எண்ணிச் செயல்படுபவர். கிழக்கு பிரஷ்ஷி யாவில் 1926இல் பிறந்த ஸீக்ஃப்ரீட் லென்ஸ், தன் இள வயதிலேயே இரண்டாவது உலகப் போரின் இறுதிக்கட்டத் தில் ஜெர்மன் கடற்படையில் சேர வேண்டியிருந்தது. ஹிட்லரின் நாஜி ஜெர்மனியில் தனது இளமைப் பருவத்தைக் கழித்த அவர், ஹிட்லரின் கொள்கை வெறியால் நாடும் மக் களும் எவ்வாறு அழிவுப் பாதையில் அழைத்துச் செல்லப்பட் டனர் என்பதை நேரடியாகப் பார்த்து உணர்ந்தவர். அவ ருடைய முக்கிய இலக்கியப் படைப்புகள் எல்லாவற்றிலும் ஊடுருவி நிற்கும் ஒரு கேள்வி, மனிதன் எந்தச் சூழலில் குற்ற வாளி ஆகிறான் என்பதே. தனிமனிதன் குற்றம் அல்லது சமூகத்திற்கே பொதுவான பொதுக் குற்றம் (collective guilt) எவ்வாறு தோன்றிச் செயல்படுகிறது என்பதே அவர் படைப்பு களின் முக்கிய அம்சம். சர்வாதிகாரம், குறிப்பிட்ட மக்களை மற்றும் இனத்தவரை அடக்கி ஒழித்தல், தனிமனிதன் குற்ற வாளியாக மாறுதல் போன்ற பின்னணியில் அவர் மனிதனை இனம்கண்டுகொள்ள உதவுகிறார். ஜெர்மனியில் தான் பார்த்து உணர்ந்த நிகழ்ச்சிகளைப் பற்றித்தான் அவர் எழுதியிருக்கிறார் என்றாலும், பாத்திரப் படைப்பு, கதைக் கரு, அதை விரிவாக் கும் விதம் போன்ற உத்திகளின் மூலம் குறிப்பிட்ட நாட்டின்

எல்லைகளை மீறி, எந்த நாட்டிலும் இவ்வாறு நடக்கக் கூடும் என்று அவர் நம்மை எச்சரிக்கிறார். இந்நாடகத்தில், நாடகம் நடக்கும் காலம், இடம் எது, எவ்விதமான சித்தாந்தம், எவ்விதமான சர்வாதிகார அரசியல் அமைப்புச் செயல்படு கின்றன போன்றவற்றை வெளிப்படையாக விவரிக்காததன் மூலம், இந்த நாடகம் எல்லாக் காலத்துக்கும் பொருந்தும் என்று நம்மை உணரவைக்கிறார். எனினும், அவர் ஜெர்மன் நாட்டுக் குடிமகன்; நாஜி ஜெர்மனியில் நிகழ்ந்த கொடூரங்களை மன தில் வைத்துதான் எழுதுகிறார் என்பதால், நாஜி ஜெர்மனியைப் பற்றித் தெரிந்துகொள்வது வாசகர்களுக்குப் பயனளிக்கும்.

ஹிட்லர் எதையுமே மறைக்கவில்லை. 'என் போராட்டம்' என்ற தனது நூலில் அவன் எல்லாவற்றையும்—இனவெறி, மதவெறி, மக்களைச் சிந்திக்க விடாமல் சினிமா, நாடகம், இலக்கியம் வாயிலாக மூளைச்சலவை செய்வது, பொருளா தார, சமூக பலம் கொண்ட சிறுபான்மையினரை ஒழித்துக் கட்டுவது, முடிந்துபோன சரித்திரகாலச் சம்பவங்களுக்குப் பழி தீர்த்துக்கொள்வது—தெளிவாக விளக்கியிருக்கிறான்

வேலையில்லாத் திண்டாட்டத்தை ஒழித்துக்கட்டியதால் பெரும்பான்மையான ஜெர்மன் மக்கள் ஹிட்லரை ஆதரித் தனர். ஒருசிலரைத் தவிர, சாதாரண ஜெர்மன் குடிமக்கள் நாஜி சித்தாந்தம் அப்படியே நடைமுறையில் செயல்படுத்தப்படும் என்று நம்பவில்லை. வேலை வாய்ப்பும், உண்ண உணவும், இருக்க வீடும் எல்லோருக்கும் கிடைத்ததால் அவர்கள் மகிழ்ச்சியுடன் ஹிட்லரின் அரசை ஆதரித்தார்கள். ஹிட்லர், ஆயுதங்களின் உற்பத்தியைப் பெருக்குவதன் மூலம் உலகத்தை அடிமைப்படுத்த உலகப் போருக்குத் தயாராகிறான் என்பதை மக்கள் உணரவில்லை. அண்டை நாடுகளை ஆக்கிரமித்த போது அங்கு வாழ்ந்த 'பச்சை ஜெர்மன்' மக்களைத் தவிர, வேறு இனத்தவரை, மொழியினரைக் கொடூரமான வழியில் அடக்கி ஒடுக்கினான் ஹிட்லர் என்பது பொதுமக்களுக்குத்

தெரிந்தும் தெரியாமலும் இருந்த உண்மை. குறிப்பாக, யூத மதத்தினர் எவ்வாறு கொஞ்சம்கொஞ்சமாகக் கொலை செய்யப்பட்டனர் என்ற உண்மையும் இலை மறைவு, காய் மறைவாகத்தான் மக்களுக்குத் தெரிந்தது. சுமார் அறுபது லட்சம் யூதர்களை நாஜி ஜெர்மனி கொலை செய்தது. இரண்டாவது உலகப் போருக்குப் பின் நாஜி அரசாங்க அட்டூழியங்கள் ஒவ்வொன்றாக வெளிவந்தபோது ஜெர்மன் மக்கள் தங்களைத் தாங்களே கேட்டுக்கொண்ட கேள்வி: உலகப் புகழ்பெற்ற சிந்தனையாளர்கள், கவிஞர்கள், இலக்கியக் கர்த்தாக்கள், நோபல் பரிசு பெற்ற விஞ்ஞானிகள், தத்துவவாதிகள், இசைக் கலைஞர்கள் தோன்றிய ஜெர்மனி ஏன் ஒரு ஹிட்லரையும் உருவாக்கியது? யூதர்களைப் பூண்டோடு அழிக்க முனைந்து, அதில் பெருமளவிற்கு வெற்றியும் பெற்ற நாஜி கொடுங்கோலர்களுக்கு ஏன் ஜெர்மனி வழிவகுத்தது? உண்ண உணவும், இருக்க இடமும், உடுக்க உடையும் கொடுக்கும் அரசைப் போற்றிய மக்கள், அதனுடைய மிருகத்தனமான மற்ற கொள்கைகளையும் அன்று ஏன் ஏற்றுக்கொண்டார்கள்? ஜெர்மன் அறிவுஜீவிகளும் அன்றாட வாழ்க்கையை நினைத்துதான் செயலிழந்து நின்றார்களா? தாய் நாடு, இனம், மொழி என்பவற்றின் பெயரால் அரசு புரிந்த கொடுங்குற்றங்களில் தனிப் பிரஜை ஒருவனின் பங்கு என்ன? நாட்டைத் தழுவிய, சாமானிய மக்களையும் உள்ளடக்கிய 'பொதுக் குற்றங்களில்' (collective guilt) தனிமனிதன் கைவிட்ட தார்மீகப் பொறுப்பும் அடங்கியுள்ளதல்லவா?

உலகப் போருக்குப் பின் அழிவுற்ற ஜெர்மனியின் ஒரு பகுதியான மேற்கு ஜெர்மனி, ஜனநாயக நாடாக மீண்டும் பொருளாதார பலம் பெற்று எழுந்தபோது, மேற்கூறிய கேள்விகளுக்கு இலக்கிய ரீதியாகப் பதிலளித்தவர்களில் ஸீக்ஃப்ரீட் லென்ஸும் ஒருவர். அவருடைய நாடகங்கள், நாவல்கள், சிறுகதைகள் எல்லாமே மேற்கூறிய பிரச்சினை

களைக் கருவாகக் கொண்ட படைப்புகள். பொருளாதார பலம் பெற்று ஜெர்மனி மீண்டும் பணக்கார நாடாகத் திகழத் தொடங்கியபோது, ஜெர்மன் மக்கள் தங்களுடைய அண்மைக் கால (நாஜி-கால) சரித்திரத்தைப் பற்றிப் பேசத் தயங்கினார்கள். அக்காலத்தில் நிகழ்ந்த குற்றங்கள் எல்லாம் மறந்துவிட வேண்டியவை என்றும் நம்பினார்கள். ஆனால், போர்க்காலக் குற்றங்களைப் பற்றிய வழக்குகள் நியூரன்பெர்க் போன்ற நகரங்களில் நடந்தபோது, நாஜி-ஜெர்மனியைப் பற்றிய முழு விவரங்களும் வெளியானபோது, இளைய தலைமுறையினர்— ஹிட்லர் ஆட்சியின்போதோ, அதற்குப் பிறகோ பிறந்தவர்கள்— எவ்வித மனக்கசப்புக்கும் ஆளாகாமல் போர்க்காலக் குற்றங் களைப் பற்றி விவாதித்தனர். அன்றைய எழுத்தாளர்களும் அதில் தங்கள் படைப்புகளின் மூலம் சிறந்த பங்கை ஆற்றினார் கள். நாஜி கட்சிக்கு மட்டுமல்லாமல், எல்லா ஜெர்மன் நாட் டுக் குடிமகனுக்கும்—நேரடியாக இல்லாவிடினும்—அன்று நடந்த குற்றங்களில் மறைமுகமான பங்கு உண்டு என்பதை இலக்கியக் கர்த்தாக்கள் ஒளிவுமறைவு இன்றி மக்கள்முன் வைத்தார்கள். அன்று புரிந்த பாவங்களுக்கு இன்றுவரை ஜெர் மனி பிராயச்சித்தம் செய்துவருகிறது.

O

ஸீக்ஃப்ரீட் லென்ஸின் படைப்புகள் எல்லாமே தனிமனித னின் குற்றத்தை அடிப்படையாகக் கொண்டவை என்று ஆரம் பத்தில் கூறினேன். 'நிரபராதிகளின் காலம்' நாடகத்தில் அவர் கேட்கும் இரண்டு கேள்விகள்:

— 'பொதுக் குற்றம்' என்று ஒன்று உள்ளதா?
— ஒரு குற்றம் நடக்க வேண்டும் என்று ஒருவன் மனதால் விரும்பி, அவ்வாறான குற்றம் நிகழும்போது, அதில்

நேரடியாக எந்தப் பங்கும் கொள்ளாத ஒருவன் குற்ற வாளியா, இல்லையா?

எவ்வாறு சாமானியர்கள் சர்வாதிகார ஆட்சியை எதிர் கொள்கிறார்கள், அந்தச் சர்வாதிகார ஆட்சியின் குற்றங்களுக்கும், அவர்களுக்கும் எவ்விதமான தவிர்க்க முடியாத தொடர்புகள் ஏற்படுகின்றன, அவ்வாறான நிலையில் அவர்கள் எந்த அளவுக்கு அவர்களாகவே முன்வந்து சர்வாதிகாரத்துடன் ஒத்துழைக்கிறார்கள் போன்ற பிரச்சினைகள் லென்ஸின் நாடகத்தில் விவரிக்கப்பட்டு ஆராயப்படுகின்றன.

சர்வாதிகாரி ஒருவனின் உயிருக்கு உலைவைக்க முயலுகிறது ஒரு கோஷ்டி. சர்வாதிகாரியின் இரண்டு மெய்க்காப்பாளர்கள் சுட்டுக்கொல்லப்படுகின்றனர். சர்வாதிகாரி தப்பி விடுகிறான். கொலை முயற்சியில் நேரடிப் பங்குகொண்ட ஸாஸோன் கைதுசெய்யப்படுகிறான். சர்வாதிகாரியின் காவல் துறையினர் எவ்வளவு கொடூரமாக அவனைச் சித்திரவதை செய்தபோதும், அவன் தன் கூட்டாளிகளின் பெயர்களைக் கூறவோ, தன் கொள்கைகளை விட்டுவிடவோ மறுக்கிறான். சமூகத்தின் வெவ்வேறு மட்டங்களின் பிரதிநிதிகளாகக் கருதக் கூடிய ஒன்பது நிரபராதிகளைப் பிணைக்கைதிகளாக்கி, அவர்களிடம் ஸாஸோனை ஒப்படைக்கிறான் அந்தச் சர்வாதிகாரி. தெரிந்துகொள்ள வேண்டிய விபரங்களை ஸாஸோனிடமிருந்து வரவழைக்க அவர்களுக்குக் கட்டளை இடப்படுகிறது. பிணைக்கைதிகள் எல்லோருமே எந்த விதமான சட்ட விரோதச் செயல்களுக்கும் ஆளாகாத நிரபராதிகள், அரசியல் சார்பற்ற குடிமக்கள். தங்களுக்கு நேர்ந்த இழிநிலையைப் பற்றியே வாய் ஓயாமல் நொந்துகொள்ளும் நிரபராதிகள், ஸாஸோன் மட்டுமே தங்களுடைய இந்த இழிநிலைக்குக் காரணம் என்று அவனிடம் மோதுகிறார்கள். முதலில் கெஞ்சுகிறார்கள். பிறகு அவன் உள்ளத்தைத் தொடவைக்கும் என்று நினைத்து அவனுடைய மனிதாபி

மானத்தைப் பற்றிப் பேசுகிறார்கள். சர்வாதிகாரியுடன் ஒத் துழைக்க ஸாஸோன் முன்வர வேண்டும் என்று வாதமிடுகிறார் கள். ஒன்பது நிரபராதிகளின் சுதந்திரம் ஒரு தனிமனிதனின் கொள்கையைவிடப் பெரிது என்று அறிவுபூர்வமாகத் தர்க்கம் செய்கிறார்கள். ஸாஸோன் எல்லாவற்றிற்கும் பதில் கூறி அவர் கள் வாயை அடைக்கிறான்.

'என்னிடம் என்னதான் எதிர்பார்க்கிறீர்கள்? மூச்சுவிடா மல் நீங்கள் எல்லோரும் எனக்கு ஒரு எண்ணிக்கை விகி தாச்சாரத்தைப் பற்றிச் சொல்கிறீர்கள். நீங்கள் சொல்வது எல்லாம் நாங்கள் ஒன்பது பேர், நீ ஒருவன் மட்டும்தான் என்பதுதான். உலகத்தில் நம்மைத் தவிர வேறு மனிதர்களே இல்லை என்றால் நீங்கள் என் மனநிலையை மாற்றியிருக்க முடியும். அந்த நிலையில் நான் என்ன செய்ய வேண்டும் என்று எனக்கும் தெளிவாகியிருக்கும். ஆனால், வெளி உல கில் கோடிக்கணக்கான மக்கள். அவர்களுடைய துயரம் கலந்த பெருமூச்சை என்னால் இங்குகூடக் கேட்க முடி கிறது. உங்கள் நியாய வாதத்தை உங்கள் முன்னே இப் போது வைக்கிறேன். இம்மக்களின் துயரங்களை எதிர்த் துப் போரடும் என் நண்பர்களின் பெயர்களை இம்மக்க ளின் நன்மையைக் கருதி நீங்கள் ஏன் கேட்காமல் இருக் கக் கூடாது? சிறுபான்மையினர் பெரும்பான்மையினரின் நலத்திற்காகத் தியாகம் புரிய வேண்டும் என்று நீங்கள் கருதுவது உண்மையென்றால், நீங்கள் ஏன் தியாகத்திற்குத் தயாராக இல்லை?'

நிரபராதிகளுக்கு ஸாஸோனின் வாதத்தில் உள்ள உண்மை யைப் புரிந்துகொள்ள முடியவில்லை. வாசகர்கள் ஸாஸோ னின் இந்தக் கூற்றைத் தவறாகப் புரிந்துகொள்ள முடியும். ஸாஸோனின் வாயிலாக லென்ஸ் வாசகர்களுக்குக் கூற வரும் விஷயமே வேறு. மனைவி மக்களுக்காகவும், உத்தியோகத்தைக் காப்பாற்றிக்கொள்வதற்காகவும், தன் உயிரை எப்படியாவது

காப்பாற்றிக்கொள்ள வேண்டும் என்பதற்காகவும் அன்று ஹிட்லர் அரசுடன் ஒத்துழைத்த ஜெர்மன் மக்களை நமக்கு நினைவுபடுத்தி, 'வாசகனாகிய நீங்களும் இவ்வாறுதான் நடந்து கொண்டிருப்பீர்களா?' என்று கேட்கிறார் லென்ஸ். ஸாஸோ னின் பேச்சுத்திறனில் வாசகன் மயங்கித் தன் சுயச் சிந்தனா சக்தியை இழந்துவிடக் கூடாது என்று வாசகர்களிடம் முன் கூட்டியே வேண்டிக்கொள்கிறேன்.

ஸாஸோனிடம் மேலும் முறையிட்டுப் பார்த்ததில் எந்த வித நன்மையும் கிடைக்காது என்ற கட்டத்தில் நிரபராதிகள் அவனை அடித்துத் துன்புறுத்திப்பார்க்கிறார்கள். இரவு நேரம் வந்து, நிரபராதிகள் சிலர் களைத்துத் தூக்கத்தில் ஆழ்கிறபோது, யாரோ ஒருவர் ஸாஸோனின் கழுத்தை நெரித்துக் கொன்று விடுகிறார்.

தானோ, தனது காவல் துறையினரோ செய்ய வேண்டிய காரியத்தை 'நிரபராதிகள்' 'தாங்களாகவே' நிறைவேற்றிவிட் டதால் அவர்கள் விடுதலை செய்யப்படுகிறார்கள். இத்துடன் முதல் அங்கம் முடிகிறது.

சர்வாதிகாரியை விரட்டிவிட்டு ஆட்சியைக் கைப்பற்றிய ஸாஸோனின் கட்சி 'நிரபராதிகளை' மீண்டும் கைதுசெய்து காவலில் வைக்கிறது. யார் ஸாஸோனைக் கொன்றவர் என் பதை 'நிரபராதிகளே' தீர்மானிக்க வேண்டும் என்று கட்டளை யிடப்படுகிறது. ஒவ்வொரு 'நிரபராதிக்கும்' ஸாஸோனைக் கொல்வதற்கான காரணங்கள் இருந்தன என்பது வெளிப்படுத் தப்படுகிறது. இவ்வாறான பாத்திரப் படைப்புகளின் மூலம், ஹிட்லர் ஆட்சியில் எவ்வாறு ஒவ்வொரு குடிமகனும் அந்த ஆட்சியின் குற்றங்களில் பங்குகொள்ளவேண்டிவந்தது என்ப தைத் தெளிவாக எடுத்துரைக்கிறார் லென்ஸ். 'நிரபராதிகளின்' ஒரு கூற்றை மட்டும் நாம் இங்கு தெரிந்துகொள்வது அவசியம்: 'அன்று நடந்தது எல்லாமே கட்டாயத்தின் பேரில்.' அதற்கான

விளக்கத்தையும் லென்ஸ் நம்முன் வைக்கிறார்: மேலிட உத்தரவுக்கு அடிபணிந்து கொலைசெய்வது நம் காலத்தின் ஒரு தனிச் சிறப்பு. (யூதர்களைக் கும்பல்கும்பலாகக் கொலை செய்த நாஜி-கொலைக்காரர்களின் போர்க்காலக் குற்றங்களை ஆராய்ந்த நீதிமன்றத்தின் முன் இதைத்தான் அடிக்கடி கூறினார்கள்.)

மேலிட உத்தரவுக்கு அடிபணிந்து குற்றம் புரிந்தவர்களை மட்டும்தான் லென்ஸ் குற்றவாளியாகச் சித்தரிக்கிறார் என்று நினைக்கக் கூடாது. ஒரு கொடிய செயலுக்குத் தூண்டும் நிலையை உருவாக்குவதில் பங்குகொள்வதன் மூலமோ, அல்லது அக்கொடிய செயல் நிகழும் காலகட்டத்தில் ‘நமக்கு என்ன’ என்று வாளாவிருப்பதன் மூலமோ ஒருவன் குற்றவாளியாகிறான் என்கிறார் லென்ஸ். தனக்கும் அரசியலுக்கும் சம்பந்தமில்லை என்று கூறுவதனால் நாஜி ஜெர்மனியில் நடந்த நிகழ்ச்சிகளுக்குத் தான் பொறுப்பேற்க முடியாது என்ற சாமர்த்தியமான தற்காப்பு வாதத்தைத் தகர்த்து உடைக்கிறார் லென்ஸ். யூதர்களைத் தெருவில் போட்டு உதைத்தபோது, அவர்கள் கடைகளைச் சூறையாடியபோது, அவர்களுடைய ஆலயங்களுக்குத் தீ வைக்கப்பட்டபோது, அவர்கள் கைதுசெய்யப்பட்டதைப் பார்த்துச் செயலிழந்து நின்றபோது, கைதிகள் முகாம்களில் யூதர்கள் கொல்லப்பட்டதை அறிந்தும் அறியாமல் இருந்தபோது, ஜெர்மன் குடிமகன் அவற்றைத் தடுக்க எந்த வித முயற்சியிலும் இறங்காதது அவனைக் குற்றவாளியாக்கிவிட்டது என்று லென்ஸ் வலியுறுத்துகிறார். அவர் படைத்த பாத்திரம் ஒன்று நாடகத்தில் கூறுகிறது. ‘எவன் வாழ விரும்புகிறானோ அவனை அவன் மனதுக்குப் பிடிக்காத விஷயங்களைச் செய்யக் கட்டாயப்படுத்த முடியும்.’

‘நிரபராதிகளின் காலம்’ என்ற நாடகத்தை ஜெர்மன் மூலத்திலிருந்து தமிழாக்கம் செய்வதில் பல சிக்கல்கள் தோன்றின. சிக்கல்களைக் களைவதில் எனக்குப் பெரும் உதவி அளித்த

சுதந்திரமுத்து, கே. நாராயணன், க்ரியா-ராமகிருஷ்ணன் மற்றும் கைப்பிரதியை வாசித்து ஆலோசனை கூறிய ஏனைய நண்பர்கள் எல்லோருக்கும் என் நன்றியைத் தெரிவித்துக் கொள்ளக் கடமைப்பட்டிருக்கிறேன்.

கடைசியாக, என்னிடம் ஜெர்மன் மொழி பயிலும் மாணவ மாணவிகளுக்கு ஜெர்மன் மூல நாடகம் பாடப் புத்தகமாக இருந்த காலங்களில் அந்த இளம் வாசகர்கள் இந்நூலை எவ்வாறு ரசித்துப் படித்து உள்கருத்துகளைச் சுலபமாகப் புரிந்து கொண்டார்கள் என்பதையும், மொழி ஆசிரியன் என்ற காரணத்தால் மூலநூலைக் கவனமாகப் படித்து விளக்கவுரை அளித்தபோது, சில கருத்துகள் மேலும் எனக்குத் தெளிவானதையும் நான் அறிவேன். அம்மாணவ மாணவிகளுக்கும் என் நன்றி!

●

ஜி. கிருஷ்ணமூர்த்தி

பாத்திரங்கள்

ஹோட்டல் முதலாளி

இஞ்சினியர்

வங்கி அதிகாரி

கான்ஸல்

விவசாயி

லாரி ஓட்டி

டாக்டர்

மாணவன்

அச்சகத் தொழிலாளி

ஸாஸோன்

மேஜர்

கேப்டன்

காவலாளி

பகுதி 1

இரும்புக் கம்பிகள் பொருத்தப்பட்டுத் தற்காலிகமாக அமைக்கப்பட்டது போன்ற உணர்வை ஏற்படுத்தும் வெறுமை செறிந்த அறை. இரவா, பகலா என்று தீர்மானிக்க முடியாத மங்கலான வெளிச்சம். ஒன்பது மனிதர்கள் கூடி நிற்கிறார்கள். அவர்களுடைய ஆடைகளிலிருந்து சமூகத்தின் வெவ்வேறு மட்டத்தைச் சேர்ந்தவர்கள் என்பது தெரிகிறது. மெல்லிய குரலிலும் பொறுமையற்றும் தங்களுக்குள் பேசிக்கொண்டிருக்கிறார்கள். சற்று முன்தான் கைது செய்யப்பட்டவர்கள்போல் அவர்கள் தெரிகிறார்கள். அழுக்கான சீருடை அணிந்த காவலாளி, கையில் ஒரு சவுக்குடன் அறையின் வெளியில். சுற்றி நடக்கும் நிகழ்ச்சிகளில் அவனுக்குள்ள ஆர்வமின்மையை அவன் முகம் வெளிப்படுத்துகிறது. வெறித்துப் பார்த்தவாறிருக்கும் அவனருகில், செங்குத்தாக, வளைந்துவளைந்து செல்லும் இரும்புப் படிக்கட்டுகள்.

மற்றவர்களிடமிருந்து விலகி வந்த ஹோட்டல் முதலாளி, எதையோ உற்றுக் கேட்டுவிட்டுப் பேசுகிறார்.

ஹோ. முதலாளி: உஷ்... யாரோ இறங்கி வருகிறார்கள்!

இஞ்சினியர்: நேரமாகிறது! காலையிலிருந்து நான் ஒன்றுமே குடிக்கவில்லை!

(வங்கி அதிகாரி அந்தக் கம்பிக் கதவின் அருகில் சென்று காவலாளியின் உதவியை நாடுகிறார்.)

வங்கி அதிகாரி: காவலாளி! காவலாளி!

(காவலாளி களைப்புடன் தலையைத் தூக்குகிறான்.)

காவலாளி: என்ன ஐயா?

வங்கி அதிகாரி: நான் போன்பண்ண வேண்டும். நான் எங்கிருக்கிறேன் என்பது யாருக்கும் தெரியாது. கண்டிப்பாக என் மனைவிக்குத் தெரிவித்தாக வேண்டும். வங்கிக்கும் தெரிவிக்க வேண்டும். அவர்கள் கண்டிப்பாகத் தெரிந்து கொள்ள வேண்டும்.

காவலாளி: எனக்குப் புரிகிறது, ஐயா!

கான்ஸல்: எல்லாம் புரிந்துகொண்டாலும், இவனால் எந்த உதவியும் செய்ய முடியாது. இதுதான் அவனுடைய குறை. இவன் மாதா கோயில்களில் பக்தர்களுக்காக வைக்கப்பட்டிருக்கிற சீட்டுப் பெட்டி போன்றவன். மக்கள் தங்களுடைய துயரங்களைத் தாளில் எழுதி அதனுள் போடலாம். ஆனால், அப்பெட்டியைத் திறந்து கவனிப்பதற்கு யாரும் இருக்க மாட்டார்கள்.*

(காலடி ஓசை நெருங்கி வருகிறது. அனைவரும் கம்பிகளின் அருகில் சென்று மின்விளக்கின் அடியில் நிற்கிறார்கள். மிகுந்த எதிர்பார்ப்புடன் இரும்புப் படிகளையே பார்க்கிறார்கள்.)

வங்கி அதிகாரி: நம் உறவினர்களுக்கு உடனடியாகச் செய்தி தெரிவிக்க வேண்டியதன் அவசியத்தை நாம் வலியுறுத்த வேண்டும். நாம் எங்கிருக்கிறோம். நமக்கு என்ன ஆயிற்று என்று அவர்கள் தெரிந்துகொள்ள வேண்டும். இப்போது இது மிகவும் முக்கியம்.

இஞ்சினியர்: குடிப்பதற்கு ஏதாவது கிடைக்க வேண்டியது அதைவிட முக்கியமானது.

விவசாயி: ஏதோ தவறு நடந்திருக்க வேண்டும்.

---

* ஐரோப்பிய நகரங்களில் ஒரு காலத்தில் வயதானவர்களும் ஏழைகளும் தங்கள் குறைகளுக்கு உதவி நாட, மாதா கோயில் வாசலில் பெட்டிகள் வைக்கப்பட்டிருந்தன.

கான்ஸல்: தவறுகளுக்கே இடமில்லை என்பதுதான் இப்போதைய நிலை. எப்படிப் பார்த்தாலும் ஒவ்வொருவரும் நிச்சயமாகக் குற்றவாளியாக இருக்கலாம் என்பதே குடிமக்களின் குற்றங்களை விசாரணை செய்கிற அரசின் கருத்தாகும்.

ஹோ. முதலாளி: உங்கள் கசப்பு வேதாந்தம் எங்களுக்குத் தேவையில்லை. நாம் எல்லோருமே நிரபராதிகள். இது உங்களுக்கு நன்றாகவே தெரியும். நாம் குற்றமற்றவர்கள் என்று அவர்களே சந்தேகத்திற்கு இடமின்றி அடித்துக் கூறியிருக்கிறார்கள்.

கான்ஸல்: பேச்சில்தானே? 'தொழில்: குற்றமற்றவர்கள்' என்று எழுத்து மூலமாக இருந்திருந்தால் நான் மிகவும் மகிழ்ச்சி அடைவேன்.

லாரி ஓட்டி: வெளியில் என்னுடைய லாரி சரக்குடன் நிற்கிறது. துறைமுகத்தில் அந்தச் சரக்கை எதிர்பார்த்துக்கொண்டிருப்பார்கள்.

வங்கி அதிகாரி: அமைதி! அதோ யாரோ வருகிறார்கள்!

(இரு மனிதர்களின் காலடி ஓசை துல்லியமாகக் கேட்கிறது. கதவு திறக்கப்படும் ஓசையைத் தொடர்ந்து படிக்கட்டில் இரு உருவங்கள்: ஸாஸோன், ஒல்லியான வெளுத்த இளைஞன், காவலில் துன்புறுத்தப்பட்டதன் வெளிப்படையான அடையாளங்களுடன். அவனுக்குப் பின்னால் கொடூரமான ஒரு ராணுவ மேஜர். இருவரும் படிக்கட்டில் இறங்கி வருகிறார்கள். காவலாளி ராணுவத் தோரணையில் நிற்கிறான்.

ஸாஸோன் அறையின் வாயிலில் வந்து நிற்கிறான். மேஜர் அறையிலுள்ளவர்களிடம் பேச எத்தனிப்பதற்கு முன்பாகவே ஹோட்டல் முதலாளி பேச ஆரம்பிக்கிறார்.)

ஹோ. முதலாளி: மேஜர், இதை வன்மையாக ஆட்சேபிக்கிறேன். என் ஹோட்டலில் நான் இல்லாமல் ஒன்றுமே நடக்

> காது. என்னை நீங்கள் இங்கயே அடைத்து வைக்க முடியாது. கவர்னர் பலமுறை என் விருந்தாளியாக இருந்திருக்கிறார்.

மேஜர்: அது எனக்குத் தெரியும். இப்போது, நீங்கள் அவருடைய விருந்தாளி.

வங்கி அதிகாரி: எங்களுடைய உறவினர்களுக்குத் தெரியப்படுத்த வேண்டும். மேலும், எங்கள் அலுவலகங்களுக்கும் செய்தி அனுப்ப வேண்டும். நாங்கள் இங்கு வந்து கிட்டத்தட்ட ஒரு நாளாகிறது.

> *(சிறையிலடைக்கப்பட்ட ஒவ்வொருவரும் உரத்த குரலில் அவசரஅவசரமாகப் பேசுகிறார்கள்.)*

விவசாயி: இது தவறு.

ஹோ. முதலாளி: நான் இதை ஆட்சேபிக்கிறேன்.

இஞ்சினியர்: ஏதாவது குடிப்பதற்கு... எப்போது கிடைக்கும்?

வங்கி அதிகாரி: நாங்கள் நிரபராதிகள்.

> *(மேஜர் அமைதியாகப் புன்னகை செய்கிறான். சிறைக் கதவின் அருகில் செல்கிறான். அவனுடைய தோற்றத்தில் திடீர் விறைப்பு. ராணுவ அதிகாரிக்குரிய கண்டிப்பான குரலில் சொல்கிறான்.)*

மேஜர்: மதிப்புக்குரியவர்களே! நீங்கள் நிரபராதிகள் என்பது மற்றவர்களைவிட எங்களுக்கு நன்றாகவே தெரியும். இந்த நகரத்தில் உங்களைப் போன்ற நிரபராதிகளைத் தேடிக் கண்டுபிடிப்பது எங்களுக்கு எவ்வளவு சிரமமாக இருந்தது என்பதையும் நாங்கள் உணர்ந்திருக்கிறோம். நிரபராதிகள் என்பதால்தான் எல்லோரையும் இங்கு ஒன்றுசேர்த்துக் கொண்டுவந்திருக்கிறோம். குற்றம் புரிந்தவர்கள் என்று எங்களுக்குத் தெரியவந்த யாரையும் நாங்கள் பிடிக்கவில்லை. நீங்கள் ஆச்சரியப்படக்கூடிய ஒரு உண்மையைச் சொல்லித்தான் ஆக வேண்டும். வலுக்கட்டாயமாக உங்களை இங்கு தங்க வைப்பதன் மூல காரணமே, நீங்கள் முழுக்கமுழுக்க

நிரபராதிகள் என்பதுதான். கவர்னரின் யோசனையின் பேரி லேயே இவ்வாறு ஏற்பாடு செய்யப்பட்டுள்ளது.

(சிறைவைக்கப்பட்டுள்ளவர்களிடம் வெளிப்படையான மனக் குழப்பமும் அமைதியின்மையும் தோன்றிப் பரவுகின்றன. அவர்கள் மேலும் நெருக்கிக்கொண்டு முன்னே வந்து நிற்கிறார்கள்.)

வங்கி அதிகாரி: நாங்கள் எங்கேயிருக்கிறோம் என்று யாருக் குமே தெரியாதே.

மேஜர்: இந்த நிலையை மாற்றுவது உங்கள் கையில்தான் இருக் கிறது. கவர்னர் உங்களிடம் ஒரு உதவியை நாடுகிறார்.

ஹோ. முதலாளி: பின் ஏன் அவர் எங்களைச் சிறையில் அடைக்க உத்தரவிட்டார்?

(கான்ஸல் மட்டும் முன்னே செல்லாமல் தனித்து நிற்கிறார்.)

கான்ஸல்: அப்போதுதான் அவரால் சுலபமாக வேண்டுகோள் விடுக்க முடியும். இது சற்று எச்சரிக்கையுடன் எடுக்கப்பட்ட நடவடிக்கை என்று நான் கருதுகிறேன். கவர்னர் வெற்றி வாய்ப்புக்கு இடமில்லாத ஒரு வேண்டுகோளை முன் வைக்க மாட்டார். அப்படிச் செய்வது அவருக்கே ஆபத்தாக முடியலாம்.

(மேஜர் ஜாடையாலேயே கான்ஸலை அடக்குகிறான்.)

மேஜர்: நீங்கள் மேற்கொண்டு எதுவும் பேச வேண்டாம்! அரசு அளிக்கும் பாதுகாப்பையும் அரசின் முயற்சியால் பல்வேறு நன்மைகளையும் அனுபவிக்கும் குடிமக்களிடம் வேண்டு கோள் விடுப்பதற்கு கவர்னருக்கு உரிமையிருக்கிறது... இது மக்களுக்கும் அரசுக்கும் இடையே நிலவும் எழுதப்படாத உடன்படிக்கை. இதை எவன் ஒருவன் அலட்சியப்படுத்துகி றானோ அவன்தான் கவர்னரின் இந்தச் சிறிய வேண்டு கோளையும் நிராகரிக்க முடியும். இந்த உடன்படிக்கையைப் பற்றி கவர்னர் உங்களுக்கு நினைவூட்ட விரும்புகிறார்—

குற்றமற்ற முழு நிரபராதிகள் என்று அவர் முழுமையாக நம்பும் உங்களுக்கு நினைவூட்ட விரும்புகிறார்.

ஹோ. முதலாளி: நாளை பல் டாக்டர்கள் மாநாடு ஒன்று நடைபெறப்போகிறது. இம்மாநாட்டில் பங்குகொள்பவர்களில் கிட்டத்தட்ட எல்லோரும் என் ஹோட்டலில்தான் தங்குகிறார்கள். நான் சாப்பாட்டுக்கான ஏற்பாடுகளைச் செய்ய வேண்டும். அது எவ்வளவு முக்கியம் என்பது உங்களுக்குப் புரிகிறதா?

மேஜர்: கவர்னருக்கு அதன் முக்கியத்துவம் நன்றாகவே தெரியும்.

லாரி ஓட்டி: என்னுடைய லாரி ஒரு சினிமாக் கொட்டகையின் முன் நிற்கிறது. அங்கிருந்துதான் என்னைப் பிடித்துக் கொண்டுவந்தார்கள்.

மேஜர்: எல்லாம் உங்கள் கையில்தான் இருக்கிறது. கவர்னரின் இந்தச் சிறிய வேண்டுகோளை உங்களால் அரைமணி நேரத்தில்கூட நிறைவேற்ற முடியும். அடுத்த நொடியில் இக்கதவு திறக்கப்படும். நீங்கள் உங்கள் வேலைக்கும் உங்கள் வீட்டுக்கும் திரும்பிச் செல்லலாம்.

வங்கி அதிகாரி: கவர்னர் எங்களிடம் என்ன எதிர்பார்க்கிறார்? எங்களுடைய வங்கியில் இன்று கணக்குத் தணிக்கை நாள்.

மேஜர்: அதனால், உங்களுக்கு ஏற்படும் தொல்லைகளிலிருந்து உங்களைப் பாதுகாப்பதற்கு கவர்னரின் பெயர் ஒன்றே போதும்.

விவசாயி: ஐயா! என்னுடைய ஆடு இன்னமும் கட்டிக்கிடக்கும். இப்போது இரண்டாவது முறையாகப் பால் கறக்க வேண்டிய வேளையாயிற்றே.

கான்ஸல்: உன்னுடைய ஆட்டின் எல்லாத் துன்பங்களையும் போக்க கவர்னரின் பெயர் ஒன்றே போதுமே!

மேஜர்: நான் சொல்வதைக் கவனமாகக் கேளுங்கள். கவர்னரின் வேண்டுகோள் இதுதான்: நான் ஒருவனை இங்கு அழைத்து

வந்திருக்கிறேன். இதோ, இவனைத்தான். (இதுவரையில் எவ்விதமான உணர்ச்சியையும் வெளிப்படுத்தாமல் அருகில் நின்றுகொண்டிருக்கும் ஸாஸோனைச் சுட்டிக்காட்டுகி றான் மேஜர்) இரண்டு நாட்களுக்கு முன் இவன் கைது செய்யப்பட்டான்—கவர்னரின் குடும்பத்தைச் சுட்டுக் கொல்ல நடந்த முயற்சியில் தோல்வியுற்ற பின். அக் கொலைச் சதியில் பங்குகொண்டதை இவனே ஒப்புக் கொண்டிருக்கிறான். காரின் மீது சுட்டது தான்தான் என்றும் வாக்குமூலம் கொடுத்திருக்கிறான். ஆனால், இந்தச் சதியின் பின்னணியிலுள்ள மற்ற சதிகாரர்களின் பெயர்களை மட் டும் கூற மறுக்கிறான். அது மட்டுமல்ல, இத்தகைய சட்ட விரோதச் செயல்களை நியாயப்படுத்துகிற தன்னுடைய கொள்கைப் பிடிப்பையும் கைவிட மறுக்கிறான். தன் குற்றத்தை ஒப்புக்கொண்டபோதிலும் அதற்காக எந்த வித மான வருத்தத்தையும் இவன் தெரிவிக்கவில்லை. மேலும், மீண்டும் ஒரு வாய்ப்புக் கிடைக்குமானால் மறுபடியும் கொலை செய்யத் திட்டம் தீட்டுவேன் என்றும் இறுமாப் புடன் கூறுகிறான். இவனைப் பற்றி இப்போது நன்றாகத் தெரிந்துகொண்டிருப்பீர்கள் என்று நம்புகிறேன்.

(திகைப்பையும் வியப்பையும் சிறையில் அடைக்கப்பட்ட வர்களின் முகங்கள் வெளிப்படுத்துகின்றன.)

ஹோ. முதலாளி: எங்களுக்கும் இதற்கும் என்ன சம்பந்தம்?

மேஜர்: கவர்னர் உங்களுடைய ஒத்துழைப்பை நாடுகிறார். தேடிக் கொண்டுவரப்பட்டுள்ள, எவ்வித சந்தேகத்திற்கும் இடமில்லாத நிரபராதிகளான உங்களிடம் இந்த ஸாஸோன் என்ற குற்றவாளியை ஒப்படைக்க வேண்டும் என்பது கவர் னரின் திட்டம். இவனுடைய மற்ற சதிகார நண்பர்களின் பெயர்களை வரவழைக்கவோ, அல்லது தன்னுடைய கொள் கைப் பிடிப்பை விட்டுவிட்டு கவர்னருக்கு ஒத்துழைப்பைத் தரத் தயார் என்று இந்த மனிதனைச் சொல்லவைக்கவோ

எந்த விதமான முறையையும் கையாள கவர்னர் உங்க
ளுக்கு உரிமை அளிக்கிறார். எங்கள் முயற்சிகள் யாவும்
தோல்வியடைந்துவிட்டன. நீங்கள் நிச்சயம் வெற்றிபெற
முடியும் என்று கவர்னர் நம்புகிறார். இந்தக் குறிக்கோளை
நீங்கள் நிறைவேற்றிய உடனேயே இந்தக் கதவு திறக்கப்
படும். பிறகு நீங்கள் எங்கு வேண்டுமானாலும் போகலாம்.
அந்தக் கட்டத்தில் காவலாளியைக் கூப்பிடுங்கள். நீங்கள்
எல்லோரும் நிரபராதிகள், இவன் காரணமாகத்தான் உங்க
ளுக்குக் கட்டாயச் சிறைவாசம் நேர்ந்துள்ளது, என்பது
இவனுக்கும் தெரியும். இந்தப் புதிய நிலைமையை இவன்
கருத்தில் கொள்வான் என்று நாங்கள் நம்புகிறோம்.

*(தேவையான அளவு சொல்லிவிட்டதாகக் கருதி மேஜர்
திரும்பிச் செல்ல ஆரம்பிக்கிறான்.)*

வங்கி அதிகாரி: இவர் ஒத்துழைக்க மறுத்தால்...? நீங்கள்
கொடுத்த பணியை முடிக்க நீண்ட நேரமாகலாம். வங்கியில்
தணிக்கை நடக்க இருக்கிறது.

மேஜர்: உங்கள் மீதுள்ள நம்பிக்கையின் காரணமாக எந்த
விதமான முடிவையும் எடுக்க கவர்னர் உங்களை அனுமதித்
துள்ளார். *(என்ன செய்வதென்று அறியாத நிலை கோபத்
தைக் கிளறுகிறது. கைதிகள் ஒருவருக்கொருவர் சன்னக்
குரலில் ஏதோ பேசிக்கொள்கிறார்கள். மேஜர் காவலாளியை
அழைக்கிறான்.)* இங்கே வா!

காவலாளி: என்ன ஐயா?

மேஜர்: இவனை உள்ளே கொண்டு விடு.

காவலாளி: உத்தரவு ஐயா!

*(காவலாளி கதவைத் திறந்து, இரும்புக் கம்பிகள் பொருத்தப்
பட்ட சிறையினுள் ஸாஸோனைத் தள்ளிவிடுகிறான்.
மேஜர் இரும்புப் படிகளில் ஏறிச் சென்றுவிடுகிறான். சிறை
யில் அடைக்கப்பட்டவர்கள் ஸாஸோனின் எதிரில் நின்று*

கொண்டு ஒரு அந்நியத் தன்மையுடனும், ஏதோ அசாதாரண மான பொருளைப் பார்க்கும் ஆவலுடனும் அவனைப் பார்க்கிறார்கள். ஸாஸோன் எதையும் முடிவாகத் தீர்மானிக்க இயலாத நிலையில் சிறையிலிருந்த ஒரே கட்டிலின் அருகில் நிற்கிறான். டாக்டர் அவனை நோக்கிச் செல்கிறார்.)

டாக்டர்: உங்கள் முதுகிலிருந்து ரத்தம் சொட்டுகிறது.

ஸாஸோன்: அப்படியா?

டாக்டர்: இந்தக் கட்டிலில் படுத்துக்கொள்ளுங்கள். வலிக் கிறதா? உங்களைச் சித்திரவதை செய்தார்களா?

ஸாஸோன்: பரவாயில்லை! என்னால் நிற்க முடியும்.

டாக்டர்: படுத்துக்கொள்ளுங்கள்! எல்லாம் ஊமைக்காயங் கள்!

ஸாஸோன்: இவை யூலியஸஃடன் பேசிக்கொண்டு இருந்ததன் விளைவுகள்.

கான்ஸல்: யூலியஸா? அண்மையில் நடந்த வாக்கெடுப்பில் மக்களால் மிகவும் நேசிக்கப்படும் போலீஸ்காரர் என்று சிறப்புப் பட்டம் பெற்றவராயிற்றே!

டாக்டர்: ஊமைக்காயங்கள்! ரத்தப்பெருக்கு!

(டாக்டர் உதவியுடன் ஸாஸோன் கட்டிலில் படுத்துக்கொள் கிறான். அதுவரை ஒன்றாக நின்ற சிறைக் கைதிகள் இருவர் அல்லது மூவராகத் தனித்தனியாகப் பிரிந்து நிற்கிறார்கள்.)

கான்ஸல்: மக்களின் செல்வாக்கை எந்த விதத்திலும் இழக்கா மல் எந்த அளவுக்குச் செயல்பட வேண்டும் என்று போலீ ஸுக்குத் தெரியும்

ஹோ. முதலாளி: *(கோபத்துடன்)* கான்ஸல், பேச்சை நிறுத் துங்கள். நம் நிலைமை உங்கள் ஒருவருக்கு மட்டும் சந் தோஷம் தருகிறது போலிருக்கிறது. இங்கு நடக்கும் நிகழ்ச்சி களால் நீங்கள் பாதிக்கப்படவில்லை என்றால், குறைந்த பட்சம் எங்களைப் பற்றியாவது நினைத்துப்பாருங்கள்.

இங்கு நிலவும் சூழ்நிலையில் மகிழ்ச்சிக்கான அறிகுறி எதையும் நாங்கள் காணவில்லை.

(வங்கி அதிகாரி அங்குமிங்குமாக நடக்கிறார்.)

வங்கி அதிகாரி: நாம் மேஜரைப் போகவிட்டிருக்கக் கூடாது. நம்பவே முடியவில்லையே! வங்கியில் தணிக்கை நாளன்று வேலைக்குச் செல்லும் வழியில் கைதுசெய்யப்பட்டு, ஒரு அறையில் அடைக்கப்பட்டுப் பின், காலம்காலமாக போலீ ஸுக்கே உரித்தான வேலை ஒன்றை முடித்துக்கொடுக்க வேண்டுமாம். கொலை முயற்சிக்குப் பின்னணியில் உள்ள மனிதர்களைப் பற்றியும் கொலை முயற்சியின்போது இருந்த இந்த மனிதனின் கொள்கைப் பிடிப்பைப் பற்றியும் எனக்கு என்ன கவலை?

விவசாயி: நமக்கும் இதற்கும் எந்த விதமான தொடர்பும் கிடையாது. கண்டிப்பாக ஏதோ தவறு நடந்திருக்கிறது.

மாணவன்: இதில் தவறுக்கு இடமேயில்லை. இது அவர்களுடைய புதிய முறை. எங்கள் பல்கலைக்கழகத்தில் சில மாணவர்களிடம் ஆயுதங்களைக் கண்டுபிடித்தபோது இந்தப் புதிய முறையை அங்கு பரிசோதித்துப்பார்த்தார்கள். மாணவர்களை நீதிமன்றத்தில் நிறுத்துவதற்குப் பதிலாக, அவர்களைச் சில நிரபராதிகளிடம் ஒப்படைத்தார்கள். தீர்ப்புக் கூறுமாறு நிரபராதிகள் கட்டாயப்படுத்தப்பட்டார்கள்.

வங்கி அதிகாரி: எந்த விதமான தீர்ப்பு?

மாணவன்: இன்று நாம் இறுதியில் கூறப்போகும் அதே தீர்ப்பு!

வங்கி அதிகாரி: அவர்களுக்குப் பைத்தியம் பிடித்திருக்கிறது.

ஹோ. முதலாளி: இவ்வகையான தந்திரத்தின் மூலம் கவர்னர் என்ன சாதிக்க விரும்புகிறார்?

மாணவன்: இது ஒரு தந்திரமல்ல. கொலை செய்வதில் மேலும் ஒரு புதிய முறை. கொலை செய்யும் முறையை மாற்றி அமைப்பதன் மூலம் மக்களிடையே தனக்கென்று ஒரு புதிய

செல்வாக்கை ஏற்படுத்திக்கொள்ள முடியும் என்று கவர்னர் கருதலாமல்லவா? தனக்கு எது சரி என்று படுகிறதோ அதை நிறைவேற்றுகிற பொறுப்பை நிரபராதிகளிடம் ஒப்படைக் கிறார்.

ஹோ. முதலாளி: ஏன் இப்படி? இதன் மூலம் என்ன சாதிக்கப் பார்க்கிறார்?

கான்ஸல்: ஆட்சிபுரிவது எவ்வளவு சிரமமான வேலை என்று காட்டிக்கொள்வது அதிகாரவர்க்கத்தின் வழக்கமான வேலை. தங்கள் அரசவைக் கோமாளிகளிடமோ, முன்னேற வேண்டு மென்று துடிக்கும் தங்கள் மகன்களிடமோ, அல்லது நம் மைப் போன்றவர்களிடமோ குறுகிய காலத்திற்குத் தங்கள் அதிகாரத்தை ஒப்படைக்கிறார்கள். நகரத்தை ஒரு நாள் ஆளுவதற்கோ அல்லது ஒரு வழக்கில் தீர்ப்புக் கூறுவதற்கோ தங்கள் அதிகாரத்தை ஒப்படைக்கிறார்கள். பிறர் தங்களைத் தாங்களே அவமானப்படுத்திக்கொள்ள இவ்வாறு வாய்ப் பளிக்கப்படுகிறது. அதிகாரவர்க்கம் தன் திறமையைப் பற்றிச் சந்தேகம் கொள்ளாவிட்டாலும் ஆளுவது மிகவும் கடின மானது என்பதைக் காட்டிக்கொள்வது அதன் வினோத மான ஆசைகளில் ஒன்று.

ஹோ. முதலாளி: இந்த முறையில் கவர்னர் என்ன சாதிக்க முடியும் என்று நீங்கள் நினைக்கிறீர்கள்?

மாணவன்: (தயங்கியபடியே) எனக்குத் தெரியாது. ஒருக்கால் அவர் தன்னைத் தானே நியாயப்படுத்திக்கொள்ள விரும்பி யிருக்கலாம். தான் செய்ய வேண்டியதை நிரபராதிகள் தாங்களாகவே செய்கிற நிலை ஏற்படும்போது அவர் மனதில் தன் செயல்கள் நியாயமானவையே என்று உறுதிப்படலாம்.

(இஞ்சினியர் சட்டை காலரைத் தளர்த்தி, அணிந்திருக்கிற 'டை'யைக் கழற்றிப் பையில் திணித்துக்கொள்கிறார்.)

இஞ்சினியர்: இங்கு ஒரே புழுக்கமாக இருக்கிறது. தாகத்தி னால் உயிரே போய்விடும் போலிருக்கிறது. ஏய், காவலாளி!

வங்கி அதிகாரி: அவனைத் தொந்தரவு செய்ய வேண்டாம். அவன் உங்களுக்கு எந்த விதமான உதவியும் செய்ய முடியாது.

இஞ்சினியர்: இன்னும் எவ்வளவு நேரத்திற்கு இப்படியே இருப்பது?

(விவசாயி தரையில் உட்கார்ந்துகொள்கிறான்.)

விவசாயி: ஆட்டுக்குத் தீனி போட எவரும் இல்லை. இரண்டாவது முறையாகப் பால் கறக்க வேண்டுமே!

ஹோ. முதலாளி: உன் ஆட்டுக் கதையை நிறுத்து!

விவசாயி: எனக்கு இருப்பது ஒரே ஒரு ஆடுதான், ஐயா! ஊரிலுள்ள மற்ற ஆடுகளைக் காட்டிலும் அது அதிகமாகப் பால் கொடுக்கிறது.

ஹோ. முதலாளி: ஆகா! கேட்பதற்கு எவ்வளவு அழகாக இருக்கிறது! உமக்கு வேறு விதமான கவலைகள். இப்போது என்ன செய்வது?

(கான்ஸல் கட்டிலை நோக்கித் திரும்பி, ஸாஸோனைச் சுட்டிக்காட்டிச் சொல்கிறார்.)

கான்ஸல்: திட்டவட்டமாக வரையறுக்கப்பட்ட ஒரு பிரச்சினைக்கு நாம் தீர்வுகாண வேண்டியுள்ளது.

டாக்டர்: நீங்கள் உண்மையாகவா சொல்கிறீர்கள்? இந்த மனிதர் வலியால் துடித்துக்கொண்டிருக்கிறார். இவர் கொடிய முறையில் சித்திரவதை செய்யப்பட்டிருக்கிறார்.

ஹோ. முதலாளி: உங்கள் கசப்பு வேதாந்தத்திற்காக நீங்கள் தலைகுனிய வேண்டும்.

இஞ்சினியர்: ஏன்? நம்மைப் பிடித்து வைத்திருக்கும் காரணத்தை நினைவூட்டுவதற்காக கான்ஸல் ஏன் தலைகுனிய வேண்டும்? ஒரு காரியத்தைச் செய்து முடிக்க நமக்கு உத்தரவு இடப்பட்டிருப்பது உண்மைதானே?

ஹோ. முதலாளி: கண்ணியத்தை மதிப்பவன் சில காரியங்களைச் செய்ய மறுப்பான். கவர்னரின் சார்பில் குறுக்கு

விசாரணை செய்யும் நீதிபதியாக கவர்னரால் நியமிக்கப் பட்டிருப்பதை நான் ஏற்றுக்கொள்ள மறுக்கிறேன்.

கான்ஸல்: நீங்கள் சொல்வது கேட்பதற்கு இனிமையாக இருக் கிறது. உயர்ந்த மனிதர்கள் இவ்வாறுதான் பேசுவார்கள். அவ்வாறான உயர்ந்த மனிதர்களில் ஒருவனாக இருக்கக் கூடிய அரிய வாய்ப்பு எனக்கில்லை. நான் பலவீனமானவன் என்பதை ஒப்புக்கொள்கிறேன்.

இஞ்சினியர்: எப்படிப் பார்த்தாலும் நாம் ஏதாவது செய்து தான் ஆக வேண்டும். இங்கு நடப்பதெல்லாம் கனவு அல்ல, உண்மையே என்பதை நான் உணர்கிறேன். அதனால்தான் ஏதாவது செய்ய நமக்கு வாய்ப்பும் இருக்கிறது.

டாக்டர்: நான் உங்களிடம் மீண்டும் சொல்லிக்கொள்கிறேன். கட்டிலில் கிடக்கும் இந்த மனிதர் வலியால் அவதிப்படு கிறார். கொடிய முறையில் துன்புறுத்தப்பட்ட பின்னும் போலீஸால் வெளிக்கொண்டுவர முடியாத உண்மையை இவர் உங்களுக்குக் கூறுவார் என்று நீங்கள் நிச்சயமாக நம்புகிறீர்களா? அவர்கள் நம்மிடம் அதை எதிர்பார்ப்பது சுத்தப் பைத்தியக்காரத்தனம்.

ஹோ. முதலாளி: அது மட்டுமல்ல. நம்மில் எவருக்குமே குறுக்கு விசாரணை செய்வதற்கான பயிற்சியோ அனு பவமோ கிடையாது. இந்த விளையாட்டில் ஈடுபட நான் மறுக்கிறேன்.

இஞ்சினியர்: எதையும் முயன்று பார்க்காமலேயே அது பய னற்றது என்று தள்ளிவிடக் கூடாது. ஏனென்றால் கொடுக் கப்பட்டிருக்கும் பரிசோதனை மீது நம் தலைவிதி சார்ந் திருக்கிறது என்பது நமக்குத் தெரிந்ததுதானே.

ஹோ. முதலாளி: இவரும் நம்மைச் சேர்ந்தவர்தான்.

இஞ்சினியர்: அப்படி நீங்கள் சொல்வது பெரிய தவறு. இவர் நம்மைச் சேர்ந்தவர் இல்லை. கவர்னரைக் கொல்லும் முயற் சியில் பங்கேற்றவர். கவர்னரின் காரை நோக்கிச் சுட்டதை

இவர் ஒப்புக்கொண்டிருக்கிறார். அதாவது, தான் குற்றவாளி என்று இவரே ஒப்புக்கொண்டிருக்கிறார். நாம் எல்லோரும் நிரபராதிகள். இது இவருக்கும் தெரியும். இவரால்தான் நாம் எல்லோரும் இங்கு சிறையில் இருக்கிறோம். எந்த நொடியில் இவர் தன் கூட்டாளிகளின் பெயர்களைச் சொல்கிறாரோ, அந்த நொடியிலேயே நாம் இந்த இடத்தை விட்டு வெளியேற முடியும் என்பதும் இவருக்குத் தெரியும். எனவே இவருக்கும் நமக்கும் பெரிய வேறுபாடு இருப்பதாகத் தெரியவில்லை?

மாணவன்: நீங்கள் சொல்வது சரிதான். கவர்னரின் பார்வையிலும்கூட இவருக்கும் நமக்கும் இடையே வேறுபாடு இருக்கிறது. அவர் இந்த மனிதரை அறவே வெறுக்கிறார். நம்மையோ அவர் கேவலமாக மதிக்கிறார். நிரபராதிகளைப் பற்றிக் கேவலமான எண்ணம் தவிர வேறு ஒன்றும் அவர் சிந்தனையில் இல்லை என்பதால்தான் அவர் எதைச் செய்ய வேண்டும் என்று நினைக்கிறாரோ, அதை நிறைவேற்றும்படி நம்மைக் கட்டாயப்படுத்துகிறார்.

இஞ்சினியர்: *(சற்று எரிச்சலுடன்)* உங்கள் அபிப்பிராயத்தைக் கேட்டதாக நினைவில்லையே.

ஹோ. முதலாளி: ஆனால், இவர் சொல்வது சரிதானே?

இஞ்சினியர்: ஆ! பேச்சை நிறுத்துங்கள்.

(இஞ்சினியர் கூட்டத்திலிருந்து விலகிப் பின்னே செல்கிறார். சிலர் கோபத்துடனும், என்ன செய்வதென்று புரியாததாலும் அங்குமிங்கும் நடக்கின்றனர்.)

கான்ஸல்: எனக்கு யாராவது ஒரு சிகரெட் கொடுக்க முடியுமா?

விவசாயி: என்னிடம் புகையிலைத் தூள் இருக்கிறது. சிகரெட் செய்துகொள்ளலாம்.

கான்ஸல்: அதற்குக் காகிதம் வேண்டுமே. யாரிடமாவது காகிதம் இருக்கிறதா? யாரிடமும் இல்லையா...? காவலாளி!

(சற்றுத் தாமதித்து)

காவலாளி: என்ன ஐயா?

கான்ஸல்: எங்களுக்கு சிகரெட் அல்லது காகிதம் கொண்டுவர ஏற்பாடு செய்.

காவலாளி: மன்னிக்க வேண்டும் ஐயா.

கான்ஸல்: அப்படியானால் எதுவும் தேவையில்லை. பதில் கிடைத்துவிட்டது. புகைக்கும் பழக்கத்தை நாம் கைவிட வேண்டியதுதான். இன்னும் பல தேவைகளை நாம் கைவிட வேண்டிவரும். எல்லாவற்றையும் கைவிட்ட பின்னர் எந்த வித தீரச் செயலுக்கும் தகுதியற்ற நிலையை அடைவோம்.

(இதுவரை பின்னால் இருந்த அச்சகத் தொழிலாளி முன் னால் வருகிறான். சிறையின் கம்பிகளைப் பிடித்துக் கொண்டு காவலாளியைக் கூப்பிடுகிறான்.)

அ. தொழிலாளி: *(கனிவுடன்)* காவலாளி நான் கூப்பிடுவது காதில் விழவில்லை?

காவலாளி: ஐயா?

அ. தொழிலாளி: உடனே கதவைத் திற! நான் வீட்டுக்குப் போக வேண்டும்.

காவலாளி: கம்பியிலிருந்து கையை எடுங்கள், ஐயா!

அ. தொழிலாளி: எனக்கும் இங்கு நடைபெறும் நிகழ்ச்சிகளுக் கும் எந்த விதமான தொடர்பும் இல்லை. இரவு 'ஷிப்டி' லிருந்து இங்கே என்னை அழைத்துக்கொண்டுவந்திருக்கி றார்கள்.

(சவுக்கினால் அச்சகத் தொழிலாளியின் கைகளைச் சுட்டிக் காட்டுகிறான் காவலாளி.)

காவலாளி: ஐயா! உங்கள் கை கம்பிகளைத் தொட அனுமதி இல்லை.

அ. தொழிலாளி: என் மனைவிக்கு உடல்நிலை சரியில்லை. என் குழந்தைக்கும்தான். நான் உடனே வீட்டுக்குப் போக

வேண்டும். நான் சொல்வது உன் காதில் விழவில்லையா? உடனே கதவைத் திற!

காவலாளி: கொஞ்சம் பின்னால் செல்லுங்கள் ஐயா!

கான்ஸல்: பின்னால் தள்ளிப்போங்கள், இல்லையென்றால் அவன் சவுக்கால் அடிப்பான்.

(காவலாளி தோல் சவுக்கைச் சொடுக்கி அடிக்கிறான். அச்சகத் தொழிலாளி வலியால் துடித்து, கையை வேகமாகப் பின்னுக்கிழுத்து, வலி தாங்க முடியாமல் கூனிக் குறுகி லேசாக அழுகிறான்.)

காவலாளி: எனக்கு வருத்தமாயிருக்கிறது, ஐயா! இந்தக் கம்பி களைத் தொட அனுமதியில்லை.

(தள்ளாடியபடியே பின்னுக்குச் செல்லும் அச்சகத் தொழி லாளி மற்றவர்களிடம் கையைக் காட்டியவாறு சொல் கிறான்.)

அ. தொழிலாளி: என் கை... பாருங்கள், எப்படி ஆகிவிட்டது!

டாக்டர்: கட்டிலில் உட்காருங்கள்.

(வேண்டாம் என்பதற்கு அறிகுறியாகத் தலையை ஆட்டிக் கொண்டே அச்சகத் தொழிலாளி தரையில் விவசாயியின் அருகில் உட்காருகிறான். கையைப் பிடித்துக்கொண்டு வாயால் ஊதுகிறான்.)

ஹோ. முதலாளி: கவர்னர் பலமுறை என் விருந்தாளியாக இருந்தவர். இங்கு நடந்ததையெல்லாம் நான் அவரிடம் சொல்வேன். நான் இதற்கு எதிர்ப்புத் தெரிவிப்பேன்.

கான்ஸல்: எதிர்ப்பைத் தெரிவிப்பது நீங்கள் கவர்னருக்குச் செய்யும் கைமாறாகிவிடும். எதிர்ப்பு என்பது உயர் அதிகார வர்க்கத்திற்கு மிகவும் பிடித்தமான விஷயம். பிறரின் எதிர்ப்பு மூலம்தான் அவர்கள் தங்களை உறுதிப்படுத்திக் கொள்கிறார்கள்.

வங்கி அதிகாரி: இனியும் என்னால் தாங்கிக்கொள்ள முடியாது. நான் அதைப் பற்றி நினைத்துப் பார்க்கக்கூட முடியாது போலிருக்கிறதே!

கான்ஸல்: எதைப் பற்றி?

வங்கி அதிகாரி: வங்கியில் இன்று தணிக்கை. ஏறக்குறைய பகல் முடிந்துவிட்டது. தணிக்கையாளர்களில் பாதிப் பேர் அங்கு வங்கியில் இருப்பார்கள். நான் மட்டும் அங்கு இல்லையே.

கான்ஸல்: என் இனிய நண்பரே, இப்படிக் கவலைப்படுவது உங்களுக்குப் பெருமையாயிருக்கலாம். ஆனால், நீங்கள் இல்லாமலேயே தணிக்கையாளர்களில் பாதிப் பேர் தங்கள் வேலையைக் கவனிக்க முடியும் என்பதை மட்டும் நீங்கள் உணர முடியுமானால் அதுவே உங்களுக்குப் பெரிய அதிர்ச்சியைத் தரும். நமக்கே புரியாத விதத்தில் நாம் எல்லோருமே தேவை அற்றவர்கள்தாம். உலகத்தைக் கைவிட்டுவிட முடியாது என்று நாம் நினைத்துக்கொண்டிருக்கலாம். ஆனால், அந்த உலகம் கண் இமைக்கும் நேரத்தில் நம்மைக் கைவிட்டுவிட முடியும். நமக்குப் பதில் வேறு ஒருவர் செயல்பட முடியும் என்பது எப்படி 'உருவாக்கப்படுகிறதோ' அதற்கு நாம் கொஞ்சம்கொஞ்சமாகப் பழகிக்கொண்டே ஆக வேண்டும்.

வங்கி அதிகாரி: பாதிக்கப்பட்டவர்கள் இப்படிப் பேச மாட்டார்கள்.

கான்ஸல்: நீங்கள் கூறுவது இந்த நொடியில் வேண்டுமானால் சரியாக இருக்கலாம். நானும் ஒரு காலத்தில் பாதிக்கப்பட்டவன்தான். கவர்னர், வெறும் பேச்சு வன்மையையும், தானே தயாரித்த கை வெடிகுண்டுகளையும் மட்டுமே கொண்டவராக மாலைப்பள்ளியில் பயங்கரவாதம்பற்றிப் படித்துக் கொண்டிருக்கும்போது எனக்கிருந்த பண வசதியால் அவருக்கு நான் உதவி செய்யக்கூடிய பெரும் பாக்கியத்தைப் பெற்றிருந்தேன். அன்று நான் அவருக்குப் பண உதவி

செய்ய முன்வந்ததற்குக் காரணம் அவர் ஒரு நேர்மையான புரட்சியாளன் என்று நினைத்ததுதான். அவருடைய புரட்சி முழு வெற்றி அடைந்தபோது அவர் என்னை ஆயுள் கால நிதி மந்திரியாக நியமித்தார். நான் செய்த பெரிய தவறு, என்னை விட்டால் வேறு எவரும் நிதி மந்திரியாக இருக்க முடியாது என்று எண்ணி அதற்கு ஏற்றபடி என்னை மாற்றிக்கொண்டதுதான். என் நிதி மந்திரிப் பதவி எவ்வளவு காலம் நீடித்தது என்று உங்களுக்குத் தெரியுமா? எட்டே நாட்கள்தான். அது நடந்து இன்று பதினோறு ஆண்டுகள் கழிந்துவிட்டன.

வங்கி அதிகாரி: உங்களிடம் இவ்வளவு விரிவான விளக்கத்தைக் கேட்கவில்லையே?

கான்ஸல்: ஒளிவுமறைவு இன்றி விரிவாக உங்களுக்கு எடுத்துச் சொல்வது என் கடமை என்று நினைத்தேன்.

(இஞ்சினியர் 'டை'யைப் பாக்கெட்டிலிருந்து எடுத்து உள்ளங்கையில் சுற்றிக்கொள்கிறார்.)

இஞ்சினியர்: இங்கே நாம் வாடி வதங்கிக்கொண்டிருக்கிறோம். நாம் என்ன செய்ய வேண்டும் என்பதைப் பற்றி ஏதாவது ஒரு முடிவுக்கு வர வேண்டும்.

கான்ஸல்: ஏதாவது ஒரு முடிவுக்கு அல்ல. நாம் செய்ய வேண்டிய வேலை ஒரு எல்லைக்குள் ஒழுங்காக வரையறுக்கப்பட்டுள்ளது.

ஹோ. முதலாளி: உங்களுடைய பேச்சுக்கு நீங்களே அவமானத்தால் தலைகுனிய வேண்டும், கான்ஸல்.

கான்ஸல்: நான் சொல்லப்போவது உங்களுக்கு வேண்டுமானால் அதிசயமாகப் படலாம். வாழ்க்கையில் சில குறிப்பிட்ட சூழ்நிலையில் நான் அவமானத்தால் தலைகுனியத் தயாராக இருக்கிறேன்.

இஞ்சினியர்: வாக்கெடுப்பு நடத்தலாம் என்பது என் கருத்து.

ஹோ. முதலாளி: எதைப் பற்றி வாக்கெடுப்பு?

இஞ்சினியர்: நமக்குத் தரப்பட்டுள்ள காரியத்தைச் செயல் படுத்த வேண்டுமா? வேண்டாமா? என்பதுபற்றி.

வங்கி அதிகாரி: இங்கிருந்து வெளியேற வேண்டுமானால் நமக்கு இதைத் தவிர வேறு வழியில்லை.

இஞ்சினியர்: ஆக...

(அமைதி)

இஞ்சினியர்: இப்போது யாரும் என்னுடைய ஆலோச னையை எதிர்க்கவும் இல்லை ஆதரிக்கவும் இல்லை என்று தோன்றுகிறது.

வங்கி அதிகாரி: வாக்கெடுப்பு நடத்தவாவது நாம் முயல வேண்டும்.

டாக்டர்: *(எச்சரிக்கை செய்யும் விதத்தில்)* இந்த மனிதர் வலி யால் வேதனைப்பட்டுக்கொண்டிருக்கிறார் என்பது உங்க ளுக்கெல்லாம் தெரியும்.

வங்கி அதிகாரி: வேதனையை நாம் ஒன்றும் பெரிதாக்க வில்லையே!

(அமைதி. திடீரென்று இஞ்சினியர், ஸாஸோன் பக்கம் திரும்பி, கைகளை விரித்து நீட்டியபடியே மன்னிப்புக் கேட்கும் பாவனையில்,)

இஞ்சினியர்: *(சற்று மன உறுத்தலுடன்)* தயவுசெய்து கட்டிலில் படுத்துக்கொண்டே கேளுங்கள்! *(தயக்கத்துடன்)* நாங்கள் நிரபராதிகள் என்பதும், நாங்கள் சுதந்திரமாக மீண்டும் இங்கிருந்து வெளியே செல்வதும் செல்லாததும் உங்கள் கையில்தான் இருக்கிறது என்பது உங்களுக்கு நன்றாகத் தெரியும். நீங்கள் எங்களுக்கு எந்த விதமான தீங்கும் செய்ய வில்லை, நாங்களும் உங்களுக்கு எந்த விதமான தீங்கும் செய்யவில்லை, என்றாலும், நாம் ஒருவரையொருவர் சார்ந் திருக்க வேண்டிய நிலையில் நாங்கள் உங்களை நம்பியிருக்

கிறோம். (தயக்கத்துடன்) நான் என் கைக்குட்டையை உங்களுக்குத் தரட்டுமா? அது சுத்தமான கைக்குட்டை. (ஸாஸோனிடம் கைக்குட்டையைக் கொடுக்கிறார் இஞ்சினியர்.) போலீஸிடம் எதையும் நீங்கள் சொல்ல முடியாததையும், சொல்ல விரும்பாததையும் எங்களால் புரிந்து கொள்ள முடிகிறது. யாருமே தங்கள் நண்பர்களைக் காட்டிக்கொடுக்க மாட்டார்கள். கைக்குட்டையை நீங்களே வைத்துக்கொள்ளுங்கள்—இப்போது வேறொரு விதமான ஆபத்தில் நாங்கள் இருக்கிறோம். இங்கு இப்போது இருக்கிற ஒன்பது மனிதர்கள்—இவர்கள் எல்லோரும் நிரபராதிகள்—இந்த ஒன்பது மனிதர்களின் சுதந்திரம், நீங்கள் என்ன சொல்லப்போகிறீர்கள் என்பதைப் பொறுத்தே இருக்கிறது. எங்கள் தலைவிதி உங்கள் கையில் இருக்கிறது.

வங்கி அதிகாரி: எங்கள் நிலையை தயவுசெய்து நீங்கள் புரிந்துகொள்ள வேண்டும். நீங்கள் சொல்ல வேண்டியதைச் சொல்லிவிட்டால் எங்கள் எல்லோருக்கும் விடுதலை கிடைக்கும்.

ஸாஸோன்: உங்கள் நிலைமையை என்னால் புரிந்துகொள்ள முடிகிறது. யாரானாலும் உங்கள் நிலைமையைப் புரிந்து கொள்ள முடியும்.

இஞ்சினியர்: உங்களுக்கு எங்கள்மீது அக்கறை இல்லாமலில்லை என்பது எனக்குத் தெரியும். நீங்கள் ஒருவர், நாங்கள் ஒன்பது பேர். எல்லோருக்கும் மனைவி மக்கள் இருக்கிறார்கள். ஒவ்வொருவருக்கும் வேலையிருக்கிறது. அதுவும் மிக முக்கியமான வேலைகள். இந்த வேலைகளைத் தொடர முடியாத நிலை ஏற்பட்டுள்ளது. இந்நிலையில் எவருமே அக்கறை இல்லாதவர்களாக இருக்க முடியாது.

வங்கி அதிகாரி: ஒன்பது பேரின் தலைவிதி, ஒரு மனிதனின் தலைவிதியைவிட முக்கியமானது.

(ஸாஸோன் எவ்வித உணர்ச்சியையும் வெளிப்படுத்தாமல் கட்டிலில் படுத்திருக்கிறான்.)

ஸாஸோன்: முக்கியமானதா? எந்த விதத்தில் முக்கியமானது?

கான்ஸல்: தலைவிதியின் அளவை நிர்ணயிக்கும் விகிதாச் சாரத்தை அவர் குறிப்பிடுகிறார்.

இஞ்சினியர்: *(நிதானத்துடன்)* நான் என்ன சொல்கிறேன் என்பது உங்களுக்குத் தெரியும். நீங்கள் திருமணமானவரா?

ஸாஸோன்: இல்லை.

இஞ்சினியர்: நாங்கள் எல்லோரும் திருமணமானவர்கள். எங்கள் மனைவி மக்களுக்கு நாங்கள் தேவை. உங்கள் நிலைமையை எவ்வாறு நாங்கள் புரிந்துகொள்ளத் தயாராக இருக்கிறோமோ அவ்வாறே எங்கள் நிலைமையையும் நீங்கள் புரிந்துகொள்ள வேண்டும் என்றுதான் நாங்கள் எதிர்பார்க்கிறோம்.

விவசாயி: ஆட்டுக்குத் தீனி வைக்க வேண்டும், தண்ணீர் காட்ட வேண்டும்.

ஹோ. முதலாளி: *(மிகுந்த கோபத்துடன்)* வாயை மூடு! உன்னுடைய ஆட்டைப் பற்றிய பேச்சு வரவர நாராசமாக இருக்கிறது.

இஞ்சினியர்: நான் சொல்வதை உங்களால் புரிந்துகொள்ள முடிகிறதா? ஒன்பது நிரபராதிகளின் தலைவிதி தனிமனிதனாகிய உங்கள் கையில் இருக்கிறது. பொதுவாகச் சொல்லப்போனால் ஒரு தனிமனிதன், பெரும்பான்மையினரின் எண்ணத்துக்கோ அவர்களுடைய நன்மைக்கான செயல்களுக்கோ விட்டுக்கொடுக்க வேண்டும்.

ஸாஸோன்: பொதுவாக என்றால்? எந்தப் புத்தகத்தில் இவ்வாறு இருக்கிறது? எது சரி, எது தவறு என்று நிர்ணயிக்க முடியாத சூழ்நிலையில் எப்போதும் தனிமனிதன் தன்னைப் பலிகொடுக்க வேண்டும் என்று எந்தப் புத்தகத்திலும்

படித்ததாக எனக்கு நினைவில்லை. உங்களை இங்கு கொண்டுவருமாறு நான் சொல்லவில்லை. உங்களுடைய இந்த நிலைமைக்கு—என் கையில்தான் உங்கள் விடுதலை இருக்கிறது என்று நீங்கள் கருதும் இந்த நிலைமைக்கு— நான் எவ்விதத்திலும் காரணமில்லை.

வங்கி அதிகாரி: கவர்னரைக் கொலை செய்யும் முயற்சியில் உங்களுக்கும் பங்கு உண்டு என்பதையும், கவர்னரின் காரை நோக்கிச் சுட்டது நீங்கள்தான் என்பதையும் நீங்கள் ஒப்புக்கொண்டிருக்கிறீர்கள்.

(ஏதோ ஒரு நினைவு அவனைச் சூழ்ந்துகொண்டதுபோல் ஸாஸோன் கண்களை மூடிக்கொள்கிறான்.)

ஸாஸோன்: ஆமாம் நான் அவனை நோக்கிச் சுட்டேன்.

வங்கி அதிகாரி: ஆனால், உங்கள் குறி தவறிவிட்டது.

ஸாஸோன்: கவர்னரைக் காப்பதற்காக அவன்முன் விழுந்த அவனுடைய காவலாளிகள், என் துப்பாக்கி ரவைக்குப் பலியானார்கள்.

வங்கி அதிகாரி: நீங்கள் இருவரைக் கொன்றிருக்கிறீர்கள்.

ஸாஸோன்: ஆமாம்; ஆமாம். நானும் அவ்வாறுதான் நினைக்கிறேன்.

வங்கி அதிகாரி: இதற்குப் பிறகு உங்களை எதிர்நோக்கியிருப்பது என்ன என்பது உங்களுக்குத் தெரியும். அல்லது உங்களுக்கு நேர இருப்பதுபற்றி இன்னும் ஏதாவது உங்களுக்குச் சந்தேகம் இருக்கிறதா?

ஸாஸோன்: இல்லை. அதைப் பற்றி எனக்குச் சந்தேகம் இல்லை. நானே இந்த முடிவைத் தேடிக்கொண்டுவிட்டேன். அவர்கள் என்னைக் கொல்லத்தான் முடியும். எனக்கு இதைவிட மேலான முடிவு கிடைக்கப் போவதில்லை. அவர்கள் என்னைக் கொன்றால்தான் தோல்வியடைந்த என்னுடைய

கொலை முயற்சிக்கு ஒரு அர்த்தம் ஏற்படும். சாவுதான் எங்களுடைய முயற்சியை நியாயப்படுத்தும்.

வங்கி அதிகாரி: உங்கள் நிலைமையை நீங்கள் அறிவுபூர்வமாகப் புரிந்துகொண்டிருப்பது உண்மையானால், நீங்கள் எங்களுக்கு உதவ மறுப்பது ஏன் என்று எனக்குப் புரியவில்லை. உங்களுக்கோ இங்கிருந்து வெளியே செல்வதற்கு எவ்வித ஆசையும் இல்லை என்று தெரிகிறது. ஆனால், இங்கிருந்து விடுதலை பெறுவது எங்கள் எல்லோருக்கும் மிகவும் முக்கியமானது. நீங்கள் ஏன் இன்னும் எங்களுக்கு உதவ மறுக்கிறீர்கள்?

டாக்டர்: தயவுசெய்து உங்கள் குறுக்கு விசாரணையை நிறுத்துங்கள். நான் மீண்டும் கூறுகிறேன். ஏற்கனவே இவர் மிகவும் சித்திரவதைக்கு ஆளாகியிருக்கிறார்.

ஸாஸோன்: நன்றி, டாக்டர். என் நிலைமை இப்போது எவ்வளவோ பரவாயில்லை.

இஞ்சினியர்: நானும் அதைத்தான் சொல்கிறேன். உங்கள் விதியை உங்களால் மாற்ற முடியாது. ஆனால், எங்களுக்கு உதவ உங்களால் முடியும். இது ஒரு கடினமான செயலாகத் தோன்றுகிறதா? நாங்கள் எந்த நிலைமையில் இருக்கிறோம் என்பதைச் சற்றுச் சிந்தித்துப்பாருங்கள். (ஸாஸோன் தலையைச் சற்றே நிமிர்த்திக் கூரையைப் பார்க்கிறான். அவன் உடம்பில் திடீரென்று ஒரு நடுக்கம்.)

ஸாஸோன்: என் நிலைமை எனக்கு. அது ஒன்றுதான் எனக்கு முக்கியமானது. கொலை முயற்சியில் என்னுடன் ஈடுபட்ட என் நண்பர்களின் பெயர்களைத் தெரிந்துகொள்ள வேண்டும் என்பதுதானே உங்கள் விருப்பம்...?

இஞ்சினியர்: வேறு ஒன்றும் தேவையில்லை.

ஸாஸோன்: வேறு என்ன இருக்கிறது? அவர்களுடைய பெயர்கள் மட்டும்தான் என்னிடம் எஞ்சியிருப்பது. என்னைத்

தவிர வேறு யாருக்கும் தெரியாத ரகசியமாக இப்பெயர்கள் இருக்கும்வரை, யார் எப்போது, எப்படி என்னைக் கொல்லப் போகிறார்கள் என்பதில் எனக்கு எந்த அக்கறையும் இல்லை. கூட்டாளிகளைக் காட்டிக்கொடுத்தால் என் நிலைமையில் மாறுதல் ஏற்படும்தான் அதாவது வேறு விதமாக மரணத்தை நான் எதிர்நோக்க நேரிடும்.

வங்கி அதிகாரி: நீங்கள் உங்களைப் பற்றி மட்டுமே பேசுகிறீர்கள். எங்கள் நிலைமை?

ஸாஸோன்: என் நண்பர்களின் செயல்கள் உங்களுடைய நன்மைக்காகவும்தான்.

இஞ்சினியர்: இதற்கு என்ன அர்த்தம்?

ஸாஸோன்: இது உங்களுக்குப் புரியவில்லை? 'கண்ணியம்'! மனிதன் மேலும் கண்ணியமாக வாழ வேண்டும் என்பதுதான். இதைத் தவிர வேறு ஒன்றும் எங்களுக்குத் தேவையில்லை.

கான்ஸல்: இந்த வார்த்தையை ஏற்கனவே நாம் ஒருமுறை கேட்டிருக்கிறோம். இப்போது அது பரவலாகிவிட்டதாகத் தோன்றுகிறது.

(முதன்முறையாகக் காழ்ப்புணர்ச்சியுடன் இஞ்சினியர் ஸாஸோனைப் பார்க்கிறார். பிறகு மறுபுறம் திரும்பிக் கதவை நோக்கிச் சென்று காவலாளியைக் கூப்பிடுகிறார். உணர்ச்சியற்ற மரக்கட்டை போன்று காவலாளி அருகில் வருகிறான். தன்னுடைய தொண்டைக் குழியை நீவிவிட்டுக்கொள்கிறார் இஞ்சினியர்.)

இஞ்சினியர்: காவலாளி, இங்கே வா!

காவலாளி: என்ன வேண்டும் ஐயா?

இஞ்சினியர்: (பொறுமை இழந்து) இன்னும் சற்று அருகில் வா, நான் சொல்வதைக் கவனமாகக் கேள். நீ இப்போது மேலே போய் மேஜரிடம் என் வணக்கத்தைக் கூறிவிட்டு

ஏதாவது குடிக்காமல் எங்களால் மேற்கொண்டு எதுவும் செய்ய முடியாது என்ற செய்தியைச் சொல். உடனடியாக அவர் ஏதாவது அனுப்பி வைக்க வேண்டும். (பயமுறுத்தும் தொனியில்) எனக்கு மட்டும் குடிப்பதற்கு ஏதாவது தரவில்லை என்றால்...

(சவுக்கினால் இஞ்சினியரின் கைகளைச் சுட்டிக்காட்டு கிறான் காவலாளி)

காவலாளி: (இயந்திரத் தொனியில்) ஐயா! உங்கள் கைகள், கம்பிகளைத் தொட அனுமதியில்லை!

இஞ்சினியர்: போ, உடனே. இப்போதே!

காவலாளி: மன்னிக்க வேண்டும் ஐயா, இந்த இடத்தை விட்டு நகர எனக்கு அனுமதியில்லை.

கான்ஸல்: இப்போது அவனுக்கும் நமக்கும் அதிக வித்தியாசமில்லை. நம்முடையதைவிட அவன் நிலைமை எந்த விதத்திலும் மேலானதல்ல.

இஞ்சினியர்: அப்படியானால் மேஜரைக் கூப்பிடு.

காவலாளி: மேஜர் வெளியே போயிருக்கிறார். கவர்னர் மாளிகைக்கு.

இஞ்சினியர்: வேறு யாரையாவது கூப்பிடு. உன்னால் முடியாது என்றால் நானே கூப்பிடட்டுமா?

காவலாளி: உங்கள் குரல் யாருக்கும் எட்டாது. அப்படி எட்டினாலும், இங்கே யாரும் வர மாட்டார்கள். ஏனென்றால் இங்குவர யாருக்கும் அனுமதியில்லை.

(காவலாளி சில அடிகள் பின் சென்று, தான் இதுவரை மரப்பொம்மைபோல் நின்றுகொண்டிருந்த இடத்தை அடைகிறான்.)

கான்ஸல்: உங்கள் கூக்குரல் உண்மையில் பயனற்றது. நீங்கள் ஒன்று புரிந்துகொள்ள வேண்டும். வரம்பற்ற அதி

காரத்தைக் கொண்ட நிலையிலும் அதிகாரவர்க்கம் ஆச்சரியப்படத்தக்க விதத்தில் ஒருதலைப்பட்சமான புலன்களைக் கொண்டது. அதற்கு வெற்றியைத் தேடித் தருவது எதுவோ அதை மட்டும்தான் அதனால் பார்க்கவும் கேட்கவும் முடியும். அதிகாரத்தின் காதுகளை ஒரு குறிப்பிட்ட அலைவரிசையில்தான் அடைய முடியும்.

(பின்னாலிருந்த லாரி ஓட்டி சற்று முன்னால் வருகிறான்.)

லாரி ஓட்டி: ஏய், காவலாளி! ஒரு நிமிடம் நான் சொல்வதைக் கேள். என்னுடைய லாரிக்கு என்ன ஆனாலும் அதைப் பற்றி எனக்கு எந்தக் கவலையும் இல்லை. அது ஒரு சினிமாக் கொட்டகையின் முன் நிற்கிறது. அங்கு வண்டிகளை நிறுத்த அனுமதியில்லைதான். எனக்கு அதைப் பற்றியெல்லாம் கவலையில்லை. நாம் இருவரும் எந்த விதத்திலும் அதற்காக அபராதம் கட்டப்போவதில்லை. நீ நம்முடைய அருமையான தலைவரைக் கண்டால், எனக்குச் சாப்பிடுவதற்கு ஏதாவது அனுப்பி வைக்க வேண்டும் என்று சொல். வயிறு ஒட்டிக்கொள்கிறது. புரிந்ததா? எனக்குத் தெரிந்தவரையில் இது பசியின் அடையாளம்.

காவலாளி: மன்னிக்க வேண்டும் ஐயா! எனக்கு இந்த இடத்தை விட்டு நகர அனுமதியில்லை.

லாரி ஓட்டி: சாப்பாடு கொண்டுவரும்வரை எந்த விதமான வேலைக்கும் நான் பயனற்றவன், புரிகிறதா?

வங்கி அதிகாரி: நீங்கள் மேலும் பேசுவதில் பயன் ஏதும் இல்லை. இங்கு எல்லாம் நம்மைப் பொறுத்திருக்கிறது. கவர்னர் எதை எதிர்பார்க்கிறாரோ அதை முடித்த பிறகுதான் நாம் இங்கிருந்து வெளியேற முடியும். அவர் எதை எதிர்பார்க்கிறார் என்று நம் எல்லோருக்கும் தெரியும். அவர் மிகவும் தெளிவான வேலையை நமக்குத் தந்திருக்கிறார்.

கான்ஸல்: கவர்னர் போன்ற ஒரு மனிதரை அவருடைய மரணத்திற்கு முன்பு புகழக் கூடாது.*

(ஏதோ ஆழ்ந்த யோசனையில் கசப்பு உணர்வுடன் இஞ்சினியர் ஸாஸோனை நோக்குகிறார்.)

இஞ்சினியர்: போதுமய்யா உங்கள் வேடிக்கைப் பேச்சுகள்! வேறு முக்கியமான விஷயங்கள் இருக்கின்றன. நாம் ஏதாவது செய்தாக வேண்டும்.

(கட்டிலின் அருகில் ஹோட்டல் முதலாளியும் வந்து சற்று எச்சரிக்கையாகவே அதன்மீது அமர்கிறார்.)

ஹோ. முதலாளி: உங்களைத் தொந்தரவு செய்வதற்கு மன்னிக்க வேண்டும். நண்பரே, நான் உங்களிடம் ஒன்று கூறலாமா? நான் யார் என்பது உங்களுக்குத் தெரியும். என் ஹோட்டலைப் பற்றியும் அங்கு என் கடமைகளைப் பற்றியும் உங்களுக்குத் தெரிந்திருக்கலாம். என்னால் உங்களை நன்றாகப் புரிந்துகொள்ள முடிகிறது. ஒரு குறிப்பிட்ட எல்லைவரை நானும் உங்களைப் போலவே நடந்துகொள்வேன் என்றே உறுதியாகக் கருதுகிறேன். அதே சமயத்தில் ஒன்பது மனிதர்களின் தலைவிதியை நிர்ணயிக்கும் சூழ்நிலையில் உள்ள தனிமனிதன் எப்படி நடந்துகொள்ள வேண்டுமோ அப்படியே நான் நடப்பேன் என்றும் உறுதியாக நம்புகிறேன்.

ஸாஸோன்: தனிமனிதன் அவ்வாறு நடந்துகொள்ள வேண்டும் என்ற கட்டாயம் என்ன இருக்கிறது?

ஹோ. முதலாளி: நீங்கள் முன்பு சொல்லிய அதே கண்ணியம் தான். இதை நிரூபிப்பதற்குக் கணக்கற்ற உதாரணங்கள் உண்டு.

---

* "மாலை நேரம் வருவதற்கு முன்பாகவே அந்த நாள் நல்ல நாள் என்று புகழ் பாடக் கூடாது" என்பது ஜெர்மன் பழமொழி. அதை ஆசிரியர் இங்கு மாற்றி அமைத்திருக்கிறார்.

ஸாஸோன்: இன்னும் நிரூபிக்க முடியாத ஒன்றின்மீது நம்பிக்கை வைக்க எவ்வாறு சாத்தியம் இருக்கிறதோ அவ்வாறே உண்மை என்று நிரூபிக்கப்பட்டிருந்தாலும் அதன் மீது அவநம்பிக்கை கொள்வதற்கும் சாத்தியம் இருக்கிறது.

(ஹோட்டல் முதலாளி கட்டிலின் முனையிலிருந்து எழுந்து நிற்கிறார்.)

ஹோ. முதலாளி: நீங்கள் சொல்வதும் சரி என்றே வைத்துக் கொள்வோம். சதியில் பங்குகொண்ட உங்களுடைய நண்பர்களைக் காப்பாற்ற வேண்டும் என்ற உங்கள் விருப்பத்தை என்னால் புரிந்துகொள்ள முடிகிறது. ஆனால், நீங்கள் இது வரை கூறிவந்த உங்களுடைய அசைக்க முடியாத கொள்கைகளைக் கடைப்பிடிப்பதன் மூலம் உங்களை நீங்கள் காப்பாற்றிக்கொள்ள முடியாது என்பதும் உங்களுக்கும் தெரியும். எனினும் உங்களுக்கும் எங்களுக்கும் ஏற்ற வேறு மாற்றுவழி ஒன்று இருப்பதையும் நீங்கள் சற்று முன் தெரிந்துகொண்டிருப்பீர்கள். உங்களைக்கூடக் காப்பாற்றிக் கொள்ள வாய்ப்புகள் இருக்கின்றன. நீங்களும் இந்த இடத்தை விட்டு எங்களுடன் வெளியேறலாம். நீங்கள் மன்னிக்கப்படலாம்.

ஸாஸோன்: மன்னிப்பா? எதற்காக? காட்டிக்கொடுப்பதற்கா?

ஹோ. முதலாளி: நீங்கள் கவர்னரை நோக்கிச் சுட்டிருக்கிறீர்கள். இருந்தாலும் தண்டனை ஏதுமின்றித் தப்பித்துக் கொள்ள கவர்னர் உங்களுக்கு ஒரு வாய்ப்பைத் தந்திருக்கிறார்!

கான்ஸல்: அதிகாரவர்க்கத்தின் தயாள குணம் புரிந்துகொள்ள முடியாத ஒன்று. யார் அதற்குப் பாத்திரமாகிறார்களோ, அவர் மகிழ்ச்சியடைவதற்கு இடமே இல்லை. கடவுள் அவரைக் காப்பாற்றுவாராக. ஆமென்.

ஹோ. முதலாளி: கவர்னருக்கு உதவுகிறேன் என்று நீங்கள் அறிவித்தால் மட்டும் போதும்.

இஞ்சினியர்: அவ்வாறு தப்புவதன் மூலம் நீங்கள் உங்களை மட்டும் காப்பாற்றிக்கொள்ளவில்லை.

வங்கி அதிகாரி: இதன் முக்கியத்துவம் உங்களுக்குப் புரிகிறதா?

ஸாஸோன்: அதை என்னால் அனுமானிக்க முடிகிறது!

இஞ்சினியர்: அப்படியானால் ஏன் இன்னும் காலம் கடத்து கிறீர்கள்?

ஸாஸோன்: நான் இதற்குப் பிறகும் உயிர் வாழ்ந்தால், எங்கள் லட்சியம் தோல்வி அடைந்துவிட்டது என்றுதான் பொருள். எங்கள் கொலை முயற்சி தோற்றுவிட்டது என்றுதான் கருத வேண்டும். எவ்வாறு சாக வேண்டும் என்று ஒருவன் செய் யும் முடிவில் தவறு நேரலாம். எவ்வாறு சாக வேண்டும் என்று நானே முடிவெடுத்திருக்கிறேன். இப்படிப்பட்ட முடிவு ஒன்றைத்தான் நான் ஏற்றுக்கொள்ள முடியும். தயவு செய்து என்னைப் புரிந்துகொள்ளுங்கள். என்னுடைய கொள்கைகளைக் கைவிட்டுவிட்டாலோ அல்லது என் நண்பர்களைக் காட்டிக்கொடுத்தாலோ நீங்கள் மீண்டும் சுதந்திரமாக நடமாட முடியும் என்பதை நான் அறிவேன். ஒரு குறிப்பிட்ட சூழலில் கவர்னர் பக்கம் சேர்கிறேன் என்று சொல்லவும் முடியும் என்பதையும் என்னால் எண்ணிப்பார்க்க முடிகிறது. ஆனால், அவ்வாறு செய்தால் என் வாழ்க்கைக்கு அர்த்தம் கற்பிக்கும் சாவை நான் இழக்க நேரிடும். நீங்களோ அல்லது கவர்னரோ கருதுவதுபோல் நான் உயிர்வாழ நினைத்தால், அது எங்கள் தியாகிகளை அவமதிப்பதாகும். என் நண்பர்கள் மேற்கொண்ட துன் பங்களையெல்லாம் சிறுமைப்படுத்துவதாகும். எங்கள் கொள்கைகளை, அழுக்கான சட்டையைப் போல் நினைத் துக் கழற்றி எறிவதற்கு ஒப்பாகும். என் நண்பர்களின் மரணம் கேலிக்கூத்தாகிவிடும். நீங்கள் எதிர்பார்ப்பது போல நான் நடந்துகொண்டால் இத்தகைய கீழ்த்தரமான நிலைக்கு என்னை நான் உட்படுத்திக்கொள்ள நேரிடும்.

இஞ்சினியர்: *(சற்று அச்சுறுத்தும் தோரணையில்)* நீங்கள் ஒன்றை மறந்துவிட்டீர்கள். வாழ வேண்டும் என்ற உரிமை எங்களுக்கு உண்டு.

ஸாஸோன்: சாக வேண்டும் என்ற உரிமை எனக்கு உண்டு.

(அமைதி. என்ன செய்வது என்பது தெரியாமல் ஒருவரை யொருவர் பார்த்துக்கொள்கிறார்கள். பின்பு வேறுபுறம் திரும்பிப் பார்க்கிறார்கள்.)

வங்கி அதிகாரி: சீ! என்ன இழவு இது! நாம் ஒரு முடிவுக்கு வரத்தான் வேண்டும். இந்த முடிவைப் பொறுத்துத்தான் நம் முடிவும் இருக்கிறது.

ஹோ. முதலாளி: இது எனக்கு மிகுந்த ஏமாற்றத்தைத் தருகிறது.

கான்ஸல்: யார் உங்களை ஏமாற்றியிருக்கிறார்கள்? எந்த நிலை யிலும் இலக்குத் தவறாத இந்த மாவீரரா? நீங்கள்தான் அவர்கள் சொன்னதைக் கேட்டீர்களே. இவர் ஒரு கொலை காரர் மட்டும் அல்ல. ஒரு தியாகியாக மாறவும் விரும்பு கிறார். இப்படிப்பட்டவர்கள் மிகவும் பயங்கரமானவர்கள். அவரை வழிக்குக் கொண்டுவருவதில் சிரமங்கள் இருக்கும் என்றுதான் நானும் நினைத்தேன். தியாகிகளாக மாற வேண்டும் என்று நினைப்பவர்கள் எல்லோருமே ஒரு விதத் தில் கொலைகாரர்களே: நல்லது கெட்டது எது என்பதைப் பற்றியும் ஒரு கொள்கைக்காகச் சாவது எவ்வளவு உயர்ந்தது என்றும் இவர்கள் நமக்குப் போதிப்பார்கள். தங்களைப் போலவே மற்றவர்களும் உயிர்விடத் தயாராக இருக்க வேண்டுமென்று வற்புறுத்துவார்கள். ரத்த ஆறு ஓடுவதை இவர்கள் முழுமையாக ஏற்றுக்கொண்டிருக்கிறார்கள். ரத்த ஆறு ஓடுவது ஒரு உயர்ந்த குறிக்கோளை அடைவதற்குத் தான், சாதாரணக் குறிக்கோளுக்காக அல்ல என்பது இவர் கள் கோட்பாடு. எவ்வளவுக்கெவ்வளவு இவர்களின் துயர் கடுமையாகிறதோ, அவ்வளவுக்கவ்வளவு இவர்களுடைய கொள்கைப் பிடிப்பு என்ற வெறியும் முற்றுகிறது. இவர்

பேச்சு எனக்கு ஏமாற்றத்தைத் தரவில்லை. மக்களைக் காப்போர் என்று சொல்லிக்கொள்ளும் என்னால் ஏன் சகிக்க முடியவில்லை என்பதை நான் அறிவேன். நமக்கு இப்போது தேவை எதிலும் அக்கறை இல்லாத விட்டேற்றியான மன நிலை. உண்மையாகச் சொன்னால் எதிலும் அக்கறை இல்லாத விட்டேற்றியான மனநிலையுள்ளவர்களுக்காக நாம் ஒரு கட்சி தொடங்க வேண்டும்.

(இஞ்சினியர் சுவரில் சாய்ந்து நிற்கிறார்.)

இஞ்சினியர்: *(சோர்வுடன்)* இனியும் என்னால் பேச முடியாது. எனக்குக் குடிப்பதற்கு ஏதாவது உடனே வேண்டும்.

வங்கி அதிகாரி: இனியும் ஏதாவது நிகழும் என்று நாம் நினைப்பதில் அர்த்தமில்லை. கவர்னர் ஒருவர் நினைத்தால்தான் ஏதாவது நடக்கும். நாம் ஏதாவது செய்தே தீர வேண்டும்.

டாக்டர்: முடியாது! இப்போது முடியாது. இந்த மனிதர் கொடிய முறையில் துன்புறுத்தப்பட்டிருக்கிறார் என்பதை மறந்துவிடாதீர்கள். இவருக்கு இன்னும் அவகாசம் கொடுங்கள்.

(லாரி ஓட்டி தரையில் படுத்துக்கொள்கிறான்.)

லாரி ஓட்டி: நான் சிறிது நேரம் தூங்க வேண்டும். இரவு முழுவதும் வண்டி ஓட்டிய களைப்பு. தாங்க முடியாத பசி வேறு. ஏதாவது எதிர்பாராத மாறுதல் ஏற்பட்டால் என்னை எழுப்புங்கள்.

கான்ஸல்: எதிர்பாராத மாறுதல் எதுவும் இங்கு நிகழ சாத்தியம் இல்லை.

(வெளிச்சம் குறைந்து அரைகுறை இருள் சூழ்ந்திருக்கிறது. ஒன்பது மனிதர்களும் படுத்துக்கொண்டும் நின்றுகொண்டும் ஆடாமல் அசையாமல் இருக்கின்றனர். திடீரென்று எங்கும் காரிருள். மாணவனும் அச்சகத் தொழிலாளியும் அருகருகில் இருக்கிறார்கள்.)

மாணவன்: *(மெல்லிய குரலில்)* உங்களுடைய கை இன்னும் வலிக்கிறதா?

அ. தொழிலாளி: *(வாயால் ஊதிக்கொண்டே)* பாருங்கள், இந்த விரலை. சவுக்கினால் ஏற்பட்ட காயத்தை. *(வாயால் ஊதிக் கொண்டே)* கடவுளே! எப்படி எரிகிறது! மிகவும் வலிக்கி றது! மிகவும் வலிக்கிறது. எல்லாம் இந்த மடையனால்தான்.

மாணவன்: நான் உங்களுக்கு உதவட்டுமா? மனப்பூர்வமாக உதவ விரும்புகிறேன்.

அ. தொழிலாளி: முதலில் நான் இங்கிருந்து வெளியேற வேண் டும்.

மாணவன்: அப்படியா?

அ. தொழிலாளி: பதினான்கு ஆண்டுகளாகக் குழந்தை வேண் டும் என்று நானும் என் மனைவியும் ஆசைப்பட்டோம். இப்போதுதான் குழந்தை பிறந்திருக்கிறது. வியாதிகளுடன், கால்கள் குட்டையாக. இன்னும் எவ்வளவு காலம்தான் இவர்கள் நம்மை அடைத்து வைத்திருப்பார்கள்! என் னுடைய மனைவியால் எழுந்து நடமாடக்கூட முடியாது.

மாணவன்: இங்கு இருக்கும் சூழ்நிலையை மாற்ற நம்மால் முடியாது!

அ. தொழிலாளி: *(ஊதிக்கொண்டே)* இன்னும் எரிகிறது. விரலை வெட்டிவிட்டால் என்ன...? நீங்கள் ஏதோ சொல்ல வந்தீர்கள் போலிருக்கிறதே.

மாணவன்: *(தலை அசைப்பின் மூலம் ஸாஸோனைச் சுட்டிக் காட்டியபடி)* இவரைப் பற்றித்தான்.

அ. தொழிலாளி: எல்லாம் இவரால் வந்ததுதான்.

மாணவன்: நிச்சயமாக இல்லை! நம்மைப் போல் இவரும் குற்றமற்றவர். மரணத்தை ஏற்கனவே இவர் ஏற்றுக் கொண்டுவிட்டார்.

அ. தொழிலாளி: சாவதற்குத் தயார் என்று இவர் எளிதாக ஒப்புக்கொண்டிருக்கிறார்.

மாணவன்: சாவை ஒரு எதிர்ப்பு என்று நினைத்தாலும் யாருமே சாவதற்கு எளிதில் தயாராவதில்லை. தன் செயலை நியாயப்படுத்தும் சாட்சியத்தை இவர் சாவில் தேடுகிறார். மரணத்திற்கு முன்பே மனம் சாகத் தொடங்கிவிடுகிறது.

அ. தொழிலாளி: நீங்கள் இவர் பக்கம்தானே?

மாணவன்: நான் தியாகிகளின் பக்கம். எப்போதும் நான் தியாகத்தின் பக்கம்தான். இவர் தன்னுடைய கொள்கைகளுக்கு அடிமை. இவர் வாழ்க்கையில் ஒரு குறிக்கோள்தான் இருந்தது. அதாவது கவர்னரைக் கொலை செய்வது. அது மிகச் சிறிய குறிக்கோள். தியாகத்துக்குத் தயாரானவர்கள் ஒரு கணமே வாழ்கிறார்கள். ஆனால், அவர்கள் என்றும் இறந்து கொண்டே இருக்கிறார்கள். அதனால்தான், இவர்மீது எனக்குப் பரிதாபம் ஏற்படுகிறது.

லாரி ஓட்டி: (கோபத்துடன்) அமைதி! சில மணி நேரம்கூடத் தூங்க முடியாது போலிருக்கிறதே.

கான்ஸல்: அலுத்துக்கொள்ளாதீர்கள். ஒரு மணி நேரத் தூக்கம் எனக்குப் போதுமானதாகத் தோன்றுகிறது.

லாரி ஓட்டி: உங்களைப் போன்ற வயதானவர்களுக்குத் தூக்கமே தேவையில்லைதான். ஆனால், எனக்குத் தூக்கம் தேவை. நேற்று இரவு முழுவதும் தூங்காமல் நான் வண்டி ஓட்டியிருக்கிறேன்.

கான்ஸல்: உங்களுக்கிருக்கும் திறமை எனக்குக் கிடையாது. இரவில் வியர்வைப் பெருக்கு ஏன் ஏற்படுகிறதென்று நான் கடந்த மூன்று மாதங்களாக ஆராய்ந்து வருகிறேன்.

லாரி ஓட்டி: வாயை மூடுங்கள். ஆரம்பத்திலிருந்தே உங்கள் பேச்சு எனக்குச் சலிப்பாக இருக்கிறது. நீங்கள் கோமாளித்தனமாகப் பேசுகிறீர்கள்.

கான்ஸல்: ஒவ்வொருவரின் தலைவிதியும் அது நிர்ணயிக்கப் படும் ஒவ்வொரு காலகட்டத்திலும் ஒரு அரசவைக் கோமாளி இருக்க வேண்டியதன் அவசியத்தை வற்புறுத்து கிறது. குறைந்தது நூறு இரவுகளாவது தூங்காமல் விழித் திருந்தால் இந்த உண்மை புலப்படும். உண்மையைச் சொல்ல வேண்டும் என்றால், மனிதகுலத்திற்கு இது என் பிறந்தநாள் பரிசு: நூறு நாட்கள் தூக்கமின்மையும், பழு தடைந்த ரத்த நாளங்களும்…

(இந்தப் பேச்சினால் தூக்கத்திலிருந்து ஒவ்வொருவராக விழித்து எழுகிறார்கள். என்ன நடக்கிறது என்று புரிந்து கொள்ள முனைகிறார்கள்.)

வங்கி அதிகாரி: இப்போது மணி என்ன? யாரிடமும் கடிகாரம் இல்லையா?

ஹோ. முதலாளி: நான் தூங்கிவிட்டேன் போலிருக்கிறது.

கான்ஸல்: நல்ல மகிழ்ச்சிகரமான பள்ளியெழுச்சி வாழ்த்து களை உங்களுக்கு நான் சொல்லிக்கொள்கிறேன்.

ஹோ. முதலாளி: நீங்கள் இன்னும் இங்குதான் இருக்கிறீர்களா?

கான்ஸல்: இதில் வியப்படைய எதுவும் இல்லையே? இந்தச் சிறையை உங்களுடன் பகிர்ந்துகொள்ள வாய்ப்பு ஏற் பட்ட நிமிடத்திலிருந்து நான் இங்கு இருப்பதை நீங்கள் ஏற்றுக்கொள்ளத்தான் வேண்டும்.

விவசாயி: *(அரைத்தூக்கத்தில்)* குஸி, குஸி, குஸி, குஸி…

கான்ஸல்: என்ன சொல்கிறீர்கள்?

ஹோ. முதலாளி: *(இகழ்ச்சியுடன்)* கண் விழித்தால் போதும், ஆட்டைக் கூப்பிடுவதுதான் இவருக்கு வேலை.

(வங்கி அதிகாரி கம்பிகளின் அருகில் செல்கிறார்.)

வங்கி அதிகாரி: என்ன அதற்குள்ளாகவா பொழுது விடிந்து விட்டது? காவலாளி!

காவலாளி: என்ன வேண்டும் ஐயா?

வங்கி அதிகாரி: இப்போது மணி என்ன?

காவலாளி: மன்னிக்க வேண்டும் ஐயா, என்னிடம் கடிகாரம் இல்லை. மணி என்ன என்று எனக்குத் தெரியாது.

கான்ஸல்: காவலாளிக்குக் காலநேரத்தைப் பற்றி என்ன அக்கறை? அவருக்கும் நமக்கும் உள்ள பெரிய வேறுபாடே இதுதான்.

வங்கி அதிகாரி: என்னால் இனியும் தாங்க முடியாது.

இஞ்சினியர்: எனக்கு நாக்கு வறண்டுவிட்டது.

(வங்கி அதிகாரி பொறுமை இழந்து பின்பு அப்படியே தரையில் சாய்கிறார்.)

வங்கி அதிகாரி: நாம் எல்லோருமே நிரபராதிகள், இவரைத் தவிர. இவரால்தான் நமக்கு இந்த நிலை. நாம் ஏதாவது ஒரு முடிவுக்கு வர வேண்டும்.

கான்ஸல்: பிரச்சினைகளுக்குத் தீர்வு காண்பதை இங்கித மின்மை என்று எப்போதும் கருதுபவன் நான். ஆனாலும் முகச்சவரம் செய்துகொள்வது எவ்வாறு ஒரு வசதியோ அவ்வாறே சில சமயங்களில் இங்கிதமின்மையும் தேவையான ஒரு வசதிதான்.

(இஞ்சினியர் கட்டில் அருகில் செல்கிறார். ஏதோ ஒரு தீர்மானத்திற்கு வந்தவரைப் போல் ஸாஸோனைப் பார்க்கிறார்.)

இஞ்சினியர்: *(கரகரத்த, ஆணையிடும் குரலில்)* எழுந்திருங்கள்!

டாக்டர்: இந்த மனிதரால் எழுந்து நிற்க முடியாது. இவர் வலியால் வேதனைப்பட்டுக்கொண்டிருக்கிறார்.

இஞ்சினியர்: நமக்கு வேறு விதமான வேதனைகள் இருக்கின்றன.

ஸாஸோன்: பரவாயில்லை டாக்டர், நான் எழுந்து நிற்கிறேன்.

(மிகுந்த பிரயாசையுடன் எழுந்து, சுவரின் அருகில் சென்று அதன்மீது சாய்ந்துகொண்டு நிற்கிறான்.)

இஞ்சினியர்: (ஆச்சரியத்துடனும் பின்பு சற்றுத் தயக்கத்துடனும்) எங்களுடைய முடிவை நீங்கள் கவனமாகக் கேட்டிருப்பீர்கள் என்று நினைக்கிறேன். நாங்கள் எப்படியும் ஒரு முடிவுக்கு வரத்தான் வேண்டும். தயவுசெய்து எங்கள் நிலைமையைப் புரிந்துகொள்ள முயலுங்கள். ஒன்பது நிரபராதிகள் இங்கு இருக்கிறார்கள். உங்களுடைய முடிவுக்காகக் காத்திருக்கிறார்கள். நீங்கள் ஒரு முடிவுக்கு வர வேண்டும் என்று கூற அவர்களுக்கு உரிமை இருக்கிறது.

ஸாஸோன்: எந்த விதமான முடிவை நீங்கள் எதிர்பார்க்கிறீர்கள்?

இஞ்சினியர்: உங்களுடைய கூட்டாளிகளின் பெயர்களைச் சொல்லுங்கள். உங்களைத் தவிர, வேறு சிலரும் இந்த முயற்சியில் பங்குகொள்ளவில்லையா?

ஸஸோன்: என்னைத் தவிர நான்கு பேர். ஒருவன் அருகில் இருந்த கட்டடக் கூரை மீதிருந்து வெடிகுண்டை வீசி எறிந்தான். ஆனால், குண்டு வெடிக்கவில்லை. மற்ற மூவரும் நெடுஞ்சாலையில் காத்திருந்தார்கள். வீணாகக் காத்திருந்தார்கள். நான் சுட்ட பிறகு, அவர்கள் வேறு வழியில் துறைமுகத்தை நோக்கி காரில் சென்றார்கள்.

இஞ்சினியர்: அவர்களது பெயர்களைக் கூறுங்கள். இங்கிருந்து வெளியேறிய உடனேயே நிச்சயமாக உங்களுடைய நண்பர்களை நான் எச்சரிப்பேன். நிச்சயமாக அவர்கள் தப்பிவிட முடியும். இங்கு நிலவும் சூழ்நிலைக்கு முற்றுப்புள்ளி வைக்கும் வகையில் ஏதாவது சொல்லுங்கள்!

ஸாஸோன்: நான் எதுவும் சொல்ல முடியாத நிலையில் இருக்கிறேன். போலீஸ் வதைத்ததன் விளைவாக நான் பெயர்களை மறந்துவிட்டேன். எக்காரணத்தைக் கொண்டும் அந்தப் பெயர்களை மீண்டும் நினைவுக்குக் கொண்டுவர முடியாது.

இஞ்சினியர்: *(கோபத்துடன்)* நாங்கள் என்ன ஆவது? ஒன்பது நிரபராதிகளின் சுதந்திரம் உங்களுக்குக் கேவலமாகப் படு கிறதா?

ஸாஸோன்: ஒரு மனிதனின் உயிரை வேறு ஒருவனின் உயி ரோடு எடைபோட முடியாது.

இஞ்சினியர்: *(ஏளனமாக)* உங்களால் முடியாதுதான். இது எனக்குத் தெரியும். உங்களுக்கென்று ஒரு கொள்கைப் பிடிப்பு இருக்கிறதே, அது கடவுளை விடவும் பெரிய தாயிற்றே! ஆனால், எனக்குத் தெரிந்தவரையில் உங்க ளுடைய கொள்கை, பயங்கரமான 'நான்' என்ற தன்னல வெறியே தவிர வேறு ஒன்றும் இல்லை. இவ்வாறான கொள்கைகள் மனித விரோத அடிப்படையில்தான் வரும். ஏனென்றால் தியாகம் என்பதே அதனுடைய அகராதியில் கிடையாது.

ஸாஸோன்: நீங்கள் தவறாகப் புரிந்துகொண்டிருக்கிறீர்கள். எங்கள் லட்சியத்தின் அடிப்படையே தியாகம்தான். என் நண்பன் ஒருவன் இருபத்தியொரு வயதிலேயே விஞ் ஞானத்தில் டாக்டர் பட்டம் பெற்றான். விஞ்ஞானத் துறையில் உயர்ந்த வேலை வாய்ப்பு அவனை எதிர் நோக்கியிருந்தது. மேலும் அவனுக்குப் பெருமளவில் சொத்து வரவும் வாய்ப்பிருந்தது. அவனுக்கு அழைப்பு வந்தவுடன் அதை எல்லாம் அவன் தியாகம் செய்தான். அவன் கவர்னரின் அஞ்சல் ஊழியன் ஒருவனைக் கொலை செய்தான். அந்த ஊழியன் எடுத்துச் சென்ற கடிதங்கள் எங்களுக்குத் தேவையாக இருந்தன. எல்லாவற்றையும் தியாகம் செய்து அவன் தனக்கு இடப்பட்ட கட்டளையை நிறைவேற்றினான்.

இஞ்சினியர்: *(மரியாதைக் குறைவான குரலில்)* உங்களிட மிருந்து எவ்விதமான பாடத்தையும் நான் கற்றுக்கொள்ள வேண்டியதில்லை. அதைவிட உங்கள் செயல்முறைகளின் அறிமுகமோ அறவே வேண்டியதில்லை.

கான்ஸல்: இன்னும் அவர் அதிகம் சொல்லத் தேவையில்லை என்றே நினைக்கிறேன். பயங்கரவாதம்கூட ஒருவகையான மதம்தான் என்று இவர் நமக்கெல்லாம் நிரூபித்துக்காட்டு வார்...

இஞ்சினியர்: எங்கள் நிலையைக் கருதி மனிதாபிமான அடிப் படையில் நீங்கள் ஒரு முடிவை மேற்கொள்ள வேண்டும் என்று இங்கிருக்கும் நிரபராதிகளின் பெயரால் வற்புறுத்திக் கேட்கிறேன்.

ஹோ. முதலாளி: உங்கள் நல்ல முடிவுக்குப் பின் நாங்களும் ஒரு நல்ல முடிவைத் தர முடியும். கவர்னர் பலமுறை என் ஹோட்டலில் விருந்தாளியாக இருந்திருக்கிறார். நீங்கள் எது செய்தாலும் அதற்கு நிச்சயமாகக் கைமாறு உண்டு.

ஸாஸோன்: என்னை எதற்காக விலைபேச முயலுகிறீர்கள்? என்னைக் காட்டிக்கொடுக்கச் செய்யவா? அல்லது நீங்கள் சொல்வது போன்று என்னுடைய 'மனிதாபிமானத்தை' பெறவா?

இஞ்சினியர்: உங்களை நான் எச்சரிக்கிறேன்! திமிர் பிடித்த பேச்சுகளோ செயல்களோ என்னை நிதானமிழக்கச் செய்து விடும்.

வங்கி அதிகாரி: கவனமாகக் கேளுங்கள், என்னருமை நண்பரே! இங்கு என்ன நடக்கிறது என்பதையும், யாருடன் நீங்கள் பேசிக்கொண்டிருக்கிறீர்கள் என்பதையும் நீங்கள் இன்னும் புரிந்துகொள்ளவில்லை என்று நினைக்கிறேன்.

டாக்டர்: இவர் உட்கார்ந்துகொள்ளலாமா?

இஞ்சினியர்: கூடாது! இவர் சௌகரியமாக நின்றுகொண் டிருக்கிறார் என்று நினக்கிறேன். இவர் கூறும் பதில்களே அதற்கு அத்தாட்சி.

(ஹோட்டல் முதலாளி ஸாஸோனை நெருங்கி வருகிறார். முகத்துடன் முகம் தொடுவது போன்று நெருங்கி நிற்கிறார்.)

ஹோ. முதலாளி: (நட்புக் கலந்த குரலில்) நான் சொல்வதைக் கவனமாகக் கேளுங்கள். நாம் எல்லோருமே ஏற்றுக்கொள் ளக்கூடிய விஷயம் ஒன்று உண்டு. வேண்டுமானால் நாம் அதை நியாயம் அல்லது கண்ணியம் அல்லது அன்பு என்று கொள்ளலாம். நான் என்ன சொல்லவருகிறேன் என்பது உங்களுக்கு நன்றாகவே தெரியும். ஒரு நல்ல செயலுக்கு நம்மைத் தூண்டும் விஷயம் அது. கவனமாகக் கேளுங்கள். காயமடைந்த 'கொரில்லா' வீரர் ஒருவரைப் பற்றி நான் கேள்விப்பட்ட கதை இது: தப்பி ஓடும்போது காயமடைந்த தோழனையும் அவன் நண்பர்கள் தூக்கிக்கொண்டு ஓடி னார்கள். இதனால், அவர்கள் முன்னேறும் வேகம் மிகவும் தடைப்பட்டது. தப்பி ஓடும் வழிகள் துண்டிக்கப்பட்டு நான்கு பக்கமும் அவர்களை எதிரிகள் வளைத்துக் கொண்ட நிலையிலும் அந்த கொரில்லா வீரர்கள் காய மடைந்தவனை நிராதரவாக விட்டுவிட்டுத் தப்பி ஓட வில்லை. அப்படித் தப்பி ஓட அவர்கள் விரும்பவும் இல்லை. ஆனால், காயமடைந்தவனின் எண்ணம் வேறு விதமாக இருந்தது. மற்றவர்கள் தப்பி ஓடிப் பாதுகாப்பான இடத்தை அடைவதற்குத் தான் தடையாக இருப்பதை அவன் உணர்ந்துகொண்டான். அவர்கள் வாழ்வும் சாவும் தன் கையில்தான் என்பதையும் அவன் புரிந்துகொண்டான். இந்த நிலையில், காயமடைந்த அவன், தான் என்ன செய்ய வேண்டுமோ அதைச் செய்யத் துணிந்தான். துப்பாக்கியை எடுத்துத் தன்னைத் தானே சுட்டுக்கொள்ளும் நிலையில் அவன் இல்லை. ஆகவே மற்றவர்கள் அவனை வைத்து எடுத்துச் செல்லும் கட்டிலைத் திடீரென்று சரித்துப் பக் கத்தில் உள்ள ஆழமான சரிவில் அவன் உருண்டு விழுந்தான். அதன்பின் அவன் கூட்டாளிகள் தப்பிச் சென் றனர். அவர்கள் தப்பி ஓடிப் பாதுகாப்பான இடத்தை அடைவதற்குக் காயமடைந்தவனின் தியாகம்தான் கார ணம் என்பதை அவர்கள் நன்றாக அறிவார்கள்.

ஸாஸோன்: காயமடைந்தவனைப் பொறுத்தவரையில் அப்படி முடிவெடுப்பது அவ்வளவு கடினமாக இருக்காது. தன் செயல் மூலம் அவன் தன்னைத் தானே அழித்துக்கொண் டானே தவிர, தன் கூட்டாளிகளை அழிக்கவில்லை.

இஞ்சினியர்: (மிகுந்த கோபத்துடன்) இப்படிப் பேசிக்கொண் டிருப்பதில் ஒரு பயனும் இல்லை. இவ்வாறான குட்டிக் கதைகள் பேசிக் காலத்தை வீணடிக்க வேண்டாம். இவர் தன்னுடைய அசைக்க முடியாத லட்சியம் என்னும் கோட் டையினுள்ளே இருக்கிறார். அங்கு இவரை எதுவும் நெருங்க முடியாது. இதை நினைத்தாலே எனக்கு ஆத்திரம் பொங்குகிறது.

கான்ஸல்: ஆத்திரத்திற்குப் பதில் வேறு விதமான அசைக்க முடியாத மாற்று லட்சியம் ஒன்று இருந்தால் இப்போது பயனுடையதாக இருக்கும். மாற்றுக் கொள்கையை எதிர்க் கணையாகச் செலுத்தி இவரை நாம் மடக்க முடியும். ஆனால், எனக்குப் பிடிக்காத விஷயம் அது. கொள்கைகள் எல்லாமே ஆர்வத்தால் பரப்பப்படும் வியாதிகள் என்று தான் எப்போதுமே எனக்குத் தோன்றியிருக்கிறது. எனக்கு விளையாட்டுக் கடிகாரங்களையும் வண்ண மீன்களையும் தவிர, பிறவற்றில் ஆர்வமே கிடையாது. ஆனால், ஒரு லட்சியத்தை வளர்க்க இது போதாதே!

(தொடர் ஓட்டப் பந்தயத்தைப் போல் எல்லா நிரபராதி களும் ஒருவர்பின் ஒருவராக ஸாஸோனை நெருங்கிப் பேச்சுப்போர் நடத்துகின்றனர்.)

வங்கி அதிகாரி: சொல்வதைக் கேளுங்கள், என் அருமையான நண்பரே. நாம் இப்போது அறிவுபூர்வமாகப் பேச வேண் டும். நீங்கள் குற்றவாளி. அதனால்தான், இங்கு இருக்கிறீர் கள். ஆனால், நாங்கள் ஏன் இதை எல்லாம் சகித்துக்கொள்ள வேண்டும் என்பதுதான் எங்களுக்குப் புரியவில்லை. உங்க ளைப் போல் நாங்கள் யாருமே குற்றம் எதுவுமே செய்ய

வில்லை. நீங்கள் மாபெரும் சதியில் பங்குகொண்டவர் என்பதை இன்னுமா உணர்ந்துகொள்ளவில்லை?

லாரி ஓட்டி: என்னுடைய அபிப்பிராயமும் அதுதான். இந்தப் பயல் ஒரு குற்றவாளி.

வங்கி அதிகாரி: சற்றுப் பொறுங்கள்...! உங்களைப் போன்று குற்றம் செய்த எவருமே பரிகாரம் தேடத் தயாராக இருக்க வேண்டும். உங்களுக்கு இப்பொழுது பரிகாரம் தேட வாய்ப்புக் கிடைத்திருக்கிறது. இம்மாதிரியான வாய்ப்புகள் எவருக்குமே அடிக்கடி கிடைப்பதில்லை. பரிகாரமும் அவ்வளவு சிரமமானது அல்ல. நிரபராதிகளுக்கு உதவுவதை நீங்கள் செய்த குற்றத்திற்கு மன்னிப்பாகக் கருதிக்கொள்ளலாம். இது அறிவுபூர்வமான வாதமல்லவா?

ஸாஸோன்: அறிவுபூர்வமான வாதம் என்ற பெயரால் இதுவரை ரத்தம் சிந்தப்படவேயில்லை. அதனால்தான், இத்தகைய வாதம் எதையுமே நியாயப்படுத்த முடியாது.

வங்கி அதிகாரி: உங்களுடைய வெறி கலந்த பிடிவாதத்தை விட்டுவிடுங்கள். இந்த இடத்தில் நாம் எல்லோரும் ஒன்றாக இருக்கும் நிலையில் அறிவுபூர்வமான வாதம்தான் நம்மைக் காப்பாற்ற முடியும். நான் சொல்வதை மிகவும் கவனமாகக் கேளுங்கள். எங்களுக்குப் பதிலாக உங்கள் தந்தை, தாய், உடன்பிறந்தவர்கள் அதாவது உங்கள் குடும்பம் முழுவதுமே இங்கு இருப்பதாக வைத்துக்கொள்வோம். அவர்கள் சுதந்திரமாக வெளியே வருவது உங்கள் கையில்தான் இருக்கிறதென்றும் வைத்துக்கொள்வோம். இந்த நிலையில் நீங்கள் என்ன செய்வீர்கள்? உங்கள் கூட்டாளிகளின் பெயர்களைச் சொல்லிவிட மாட்டீர்களா? உறவினர்களின் விடுதலைக்காக நீங்கள் எந்த விலையையும் கொடுக்கத் தயாராக இருக்க மாட்டீர்களா?

ஸாஸோன்: அப்படி ஒரு நிலை ஏற்பட்டால் நான் அவர்களைக் கட்டித் தழுவி வாய்மூடி மௌனியாக நிற்பேன்.

என் மௌனத்தைப் புரிந்துகொள்ளும்படி அவர்களை நான் கெஞ்சுவேன். ஆனால், அவர்களுக்கு என்னைப் பற்றி நன்றாகவே தெரியும் என்பதனால், இவ்வாறான வேண்டுதல்கூடத் தேவையற்றதாகவே இருக்கும்.

வங்கி அதிகாரி: உங்கள் கொள்கை வெறி என்ற விக்கிரகத்திற்கு ஆராதனை செய்தே தீர வேண்டும் என்று நீங்கள் நினைப்பதனால், உங்கள் குடும்பத்துக்கு எவ்விதமான தீங்கு நேர்ந்தாலும் அது உங்களைப் பாதிக்காது போலும். இப்படி நீங்கள் உங்கள் குடும்பத்தை அடியோடு வெறுக்க முடியுமா?

ஸாஸோன்: நான் அப்படிச் செய்வதை வெறுப்பு என்று கருதவில்லை. சாவின் மூலம் அன்பு, பாசம் ஆகியவற்றை வளர்ப்பதற்கு வாய்ப்புகள் உண்டு. ஒருக்கால் நாம் யாரை மிகவும் நேசிக்கிறோமோ முதலில் அவரைத்தான் கொல்வோம் என்று நினைக்கிறேன்.

வங்கி அதிகாரி: கேட்டீர்களா இவர் சொல்வதை! இப்படிப் பேசும் ஒருவனின் கையில் அல்லவா நம் விதி சிக்கியிருக்கிறது!

லாரி ஓட்டி: நான்தான் முன்பே சென்னேனே! இவன் ஒரு பயங்கரக் குற்றவாளி. எனக்கு எல்லாமே தெளிவாகப் புரிகிறது. இவனுக்காக நாம் இங்கு இருக்க வேண்டும், பசியிலும் வாட வேண்டும், வெளியிலும் போக முடியாது.

வங்கி அதிகாரி: இங்கே வா!

ஸாஸோன்: என்னையா அழைக்கிறீர்கள்?

வங்கி அதிகாரி: ஆமாம்; உன்னைத்தான். வேறு யாரை? (பயமுறுத்தும் தொனியில்) அருகில் வா.

(சுவரில் சாய்ந்துகொண்டிருந்த ஸாஸோன் நிமிர்ந்து நின்று வங்கி அதிகாரியிடம் செல்கிறான்.)

வங்கி அதிகாரி: உண்மையைச் சொல். உனக்கு அவமானமாக இல்லையா? நீ செய்த குற்றத்தை நான் செய்திருந்தால் இப்படி உன்னைப் போல் வாயளக்கப் பயப்படுவேன். ஏனெனில் மற்றவர்களுக்கு நான் எவ்வளவு கடமைப்பட்டிருக்கிறேன் என்பதை உணர்ந்திருப்பேன்.

ஸாஸோன்: தனக்குத் தானே கடமைப்பட்டிருப்பதைவிட மற்றவர்களுக்குக் கடமைப்பட்டிருக்கிறோம் என்பதை ஒருவன் மேலும் எளிதாகத் தாங்கிக்கொள்ள முடியும்.

வங்கி அதிகாரி: பயலே! என் கோபத்தைக் கிளறாதே! *(பார்வையின் மூலம் வங்கி அதிகாரியைவிடத் தான் எவ்வளவு உயர்ந்தவன் என்று உணர்த்தும் பாவனையில் ஸாஸோன் மௌனமாக நிற்கிறான்.)*

வங்கி அதிகாரி: இப்போது என்ன சொல்கிறாய்? நாம் ஒரு முடிவுக்கு வரலாமா? ஒன்பது நிரபராதிகளுடைய நலனுக்காக நீ செய்ய வேண்டியது என்ன என்பது புரிகிறதா? நாங்கள் நிரபராதி என்பதை மீண்டும் வலியுறுத்திக் கூறுகிறேன்.

ஸாஸோன்: இன்றைய சூழ்நிலையில் எவனொருவன் குறிப்பிட்ட குற்றத்தை ஏற்றுக்கொள்ளத் தயாராக இருக்கிறானோ அவன்தான் குற்றமற்றவனாக இருக்க முடியும்...

லாரி ஓட்டி: இவன் வாயில் குத்துங்கள்! அதுதான் இவனுக்குச் சரியான தண்டனை.

ஹோ. முதலாளி: நான் உங்களுக்கு ஒரு ஆலோசனை சொல்லட்டுமா? கவர்னரின் பக்கம் சேர நீங்கள் தயாராக இருப்பதாகச் சொல்லும் நிமிடமே நாம் எல்லோருமே சுதந்திர மனிதர்களாக வெளியேற முடியும் என்று கவர்னர் வாக்களித்திருக்கிறார். அப்படிப் பார்த்தால் நீங்கள் உங்கள் நண்பர்களைக் காட்டிக்கொடுக்க வேண்டிய அவசியமே இல்லை. அப்படி உங்களை நாங்கள் கேட்கவும் மாட்டோம். நீங்கள் மட்டும் கவர்னர் பக்கம் சேரத் தயார் என்று சொல்லும் வினாடியில் நாம் எல்லோரும் சுதந்திர

மனிதர்கள். ஆம்; நீங்களும் கூடத்தான். சுதந்திரம் இதன் முழு அர்த்தத்தையும் உங்களால் உணர முடிகிறதா? இதன் மூலம் கிடைக்கும் பல்வேறு புதிய வாய்ப்புகளை நீங்கள் புரிந்துகொண்டிருக்கிறீர்களா? எப்படிப் பார்த்தாலும் இது ஒரு நல்ல வாய்ப்பு. இந்த வாய்ப்பை எப்படிப் பயன்படுத்திக்கொள்வது என்பதை நீங்களே தீர்மானிக்கலாம். அது போலவே நீங்கள் கொடுத்த வாக்கை நிறைவேற்றுவது என்பதும் உங்களைப் பொறுத்ததுதான். இங்கு சாட்சிகள் இருக்கிறார்கள். எத்தகைய சூழ்நிலையில் நீங்கள் கவர்னர் பக்கம் சேரத் தயார் என்று சொன்னீர்கள் என்பதை நிரூபிக்கும் சாட்சிகள். இதன் மூலம் நீங்கள் எதையும் இழக்கப் போவதில்லை. எங்களுக்கு... எங்கள் எல்லோருக்குமே மிகப் பெரிய உதவி செய்ய முடியும். தயவுசெய்து எண்ணிப் பாருங்கள். இதன் மூலம் எதையெல்லாம் அடைய முடியும் என்பதை எண்ணிப்பாருங்கள்...

ஸாஸோன்: நான் அதை எண்ணிப்பார்க்கிறேன். ஆனால், நான் உங்களுக்கு உதவி செய்ய முடியாது. கவர்னரின் பக்கம் சேருகிறேன் என்று வெளிப்படையாகச் சொல்வது என்னை நானே ஏமாற்றிக்கொள்வதாகும். ரகசியமாக மாற்று வழிகளைக் கையாள்வது என்பதுகூட அத்தகையதுதான். எவன் மனித குலத்திற்கு நல்லதைக் கருதுகிறானோ அவன்... ஒன்று கொலை செய்ய வேண்டும் அல்லது தன்னைப் பலிகொடுக்கத் தயாராக இருக்க வேண்டும். ஆரம்பத்திலிருந்தே இதற்கு நான் தயாராக இருந்தேன்.

ஹோ. முதலாளி: ஒரு முறையாவது சுயநலமின்றிச் சிந்தித்துப் பாருங்களேன்.

ஸாஸோன்: நான் சுயநலமாகவா செயல்படுகிறேன்?

ஹோ. முதலாளி: ஆம்! இதுவரையில் நீங்கள் அப்படித்தான் செயல்பட்டிருக்கிறீர்கள். இங்கிருக்கும் மற்றவர்களைப் பற்றிய நினைப்பே உங்களுக்கு இல்லை.

வங்கி அதிகாரி: இவனிடம் பேசி உங்கள் சக்தியை வீணாக் காதீர்கள். இவன் வேண்டுமென்றே நம்மைப் புரிந்துகொள் ளாததுபோல் செயல்படுகிறான். இவனைப் போல் நாம் இல்லை என்பதால் இவன் மனதில் நம்மைப் பற்றிய அலட்சியம் கலந்த வெறுப்புதான் இருக்கிறது.

(*ஸாஸோனிடம்*) இங்கிருந்து போங்கள். உங்கள் கட்டிலுக் குச் செல்லுங்கள். நான் உங்கள் முகத்தைப் பார்க்க விரும்பவில்லை. உங்களைப் பற்றித் தெரிந்துகொண்ட தெல்லாம் போதும்.

ஸாஸோன்: என்னிடம் என்னதான் எதிர்பார்க்கிறீர்கள். மூச்சு விடாமல் நீங்கள் எல்லோரும் எனக்கு ஒரு எண்ணிக்கை விகிதாச்சாரத்தைப் பற்றிச் சொல்கிறீர்கள். நீங்கள் சொல்வ தெல்லாம் நாங்கள் ஒன்பது பேர், நீ ஒருவன் மட்டும்தான் என்பதுதான். உலகத்தில் நம்மைத் தவிர வேறு மனிதர்கள் இல்லை என்றால் நீங்கள் என் மனநிலையை மாற்றியிருக்க முடியும். அந்த நிலையில் நான் என்ன செய்ய வேண்டும் என்று எனக்கும் தெளிவாகியிருக்கும். ஆனால், வெளி உல கில் கோடிக்கணக்கான மக்கள்—அவர்களுடைய துயரம் கலந்த பெருமூச்சை என்னால் இங்குகூடக் கேட்க முடி கிறது. உங்கள் நியாய வாதத்தையை உங்கள் முன்னே இப்போதே வைக்கிறேன். இம்மக்களின் துயரங்களை எதிர்த்துப் போராடும் என் நண்பர்களின் பெயர்களை இம்மக்களின் நன்மையைக் கருதி நீங்கள் ஏன் கேட்காமல் இருக்கக் கூடாது? பெரும்பான்மையினரின் நலத்திற்காகச் சிறுபான்மையினர் தியாகம் புரிய வேண்டும் என்று நீங் கள் கருதுவது உண்மையென்றால், நீங்கள் ஏன் தியாகத் திற்குத் தயாராக இல்லை...? முடியாது! கவர்னரின் பக்கம் சேர முடியாது. நான் உங்களுக்கு ஏமாற்றமளிக்கத்தான் வேண்டும்.

லாரி ஓட்டி: இவன் வாயை அடையுங்கள். இவனுடைய உளறலை இனியும் என்னால் கேட்டுக்கொண்டிருக்க முடியாது.

(*டாக்டர் தாங்கிப் பிடித்துக்கொள்ள ஸாஸோன் கட்டிலின் அருகே சென்று அதன்மீது உட்காருகிறான்*)

கான்ஸல்: என்னதான் உளறலாக இருந்தாலும் இவர் பேச்சு சிந்திக்கத் தூண்டுகிறது.

லாரி ஓட்டி: நீங்களும் இவனைப் போல உளறுவாயன்தான்.

கான்ஸல்: நீங்கள் இதை ஏற்கனவே ஒருமுறை எனக்குக் கருணைகூர்ந்து சொல்லியிருக்கிறீர்கள்! நானும் அதை ஏற்றுக்கொண்டுவிட்டேனே!

லாரி ஓட்டி: அப்படி ஒன்றும் தெரியவில்லையே!

கான்ஸல்: அதற்குக் காரணம் உண்டு. நான் எதையும் காலங் கழித்தே புரிந்துகொள்கிறேன்.

லாரி ஓட்டி: நீங்கள் உங்கள் மூளையை நன்றாகச் சுத்தம் செய்துகொண்டால் எதையும் சீக்கிரமே புரிந்துகொள்ள முடியும்.

கான்ஸல்: எதையும் தாமதமாகப் புரிந்துகொள்ள வேண்டும் என்பதே என் பேராசை.

(*கட்டிலின் அருகில் வந்த விவசாயி ஸாஸோனின் அருகில் குனிந்து சற்றுத் தடுமாற்றம் கலந்த புன்னகையுடன் நீண்ட நேரம் ஸாஸோனைப் பார்க்கிறான்.*)

விவசாயி: ஒரு நிமிடம் இப்படிப் பாருங்கள் ஐயா?

ஹோ. முதலாளி: (*பெருமூச்சுடன்*) அட கடவுளே, மறுபடியும் ஆட்டைப் பற்றிய புராணமா?

விவசாயி: நான் பேசுவது கேட்கிறதா, ஐயா?

ஸாஸோன்: ஆமாம்.

விவசாயி: நான் உங்களிடம் ஒன்று சொல்லட்டுமா?

ஸாஸோன்: சரி!

விவசாயி: முன்பு ஒருநாள் புயல் வீசி மரங்களை எல்லாம் வேருடன் பறித்து எறிந்தபின், மரத்தை வீட்டுக்கு எடுத்துச் செல்ல அனுமதி கிடைத்தது. அம்மரத்தைக் கொடுத்து நான் படகு ஒன்று வாங்கிக்கொண்டேன். பின்பு ஆற்றில் மீன் பிடித்தேன். அதற்குப் பின்பு கடுங்கோடை வந்தது. ஆறுகளெல்லாம் வறண்டன. அப்போது நான் படகைக் கொடுத்துவிட்டுத் தானிய விதைகள் வாங்கினேன். நான் அதை விதைக்க ஆரம்பித்தப்போது பெருங்காற்று வீசியது...

ஸாஸோன்: இதையெல்லாம் நீ ஏன் என்னிடம் சொல்ல வேண்டும்?

விவசாயி: கொஞ்சம் பொறுத்துக்கொள்ளுங்கள் ஐயா! என்னுடைய பயிர் நிலத்தைக் கொடுத்து மரப்பலகைகள் வாங்கினேன். ஒரு சின்னக் குடிசை கட்டிக்கொள்வதற்காக. குடிசையைப் பாதி கட்டிக்கொண்டிருக்கும் போது வேறு ஒருவன் வந்து இந்தப் பலகைத் துண்டுகளுக்குப் பதிலாக ஒரு ஆட்டை எனக்குக் கொடுத்தான். அவனும் இந்த நகரத்தில்தான் வாழ்கிறான். நான் ஆட்டுடன் திரும்பிவரும் போது என்னைப் பிடித்து இங்கே கொண்டுவந்தார்கள்.

ஸாஸோன்: மிகவும் சோகமான கதை. ஆனால், இதற்கு நான் என்ன செய்ய முடியும்.?

விவசாயி: நாங்கள் இங்கிருந்து வெளியேறுவதற்கு நீங்கள் உதவி செய்ய முடியும். எல்லாம் உம்முடைய கையில்தான் இருக்கிறதென்பதைப் புரிந்துகொண்டேன். நான் உங்களைக் கேட்டுக்கொள்கிறேன். நாங்கள் வெளியே செல்வதற்கு உதவுங்கள் ஐயா!

ஸாஸோன்: நீ நினைப்பது தவறு. வெளிப்படையாகப் பார்ப்பதற்கு நான் உதவிசெய்ய முடியும் என்று தோன்றலாம். ஆனால், அது என்னால் முடியாத காரியம். என்னதான் வேகமாக ஓடினாலும் தன் நிழலைத் தாண்டி ஒருவனால் ஓட முடியாது.

விவசாயி: எங்களிடம் இரக்கப்பட்டால் முடியுமோ என்னவோ?

ஸாஸோன்: இரக்கத்தைவிடச் சக்தி வாய்ந்தது ஒன்று உலகில் உண்டு.

விவசாயி: என்ன ஐயா அது?

ஸாஸோன்: குழந்தைகளின் கண்ணீர். அடித்துத் துன்புறுத்தப் படும் தந்தையரைப் பார்த்து வடிக்கும் கண்ணீர். நான் அதைப் பலமுறை பார்த்திருக்கிறேன். நான் சொல்வதை நீ நம்ப வேண்டும். எங்களைச் சேர்ந்த ரொட்டிக்கடைக்காரர் ஒருவர் அவர் கடையிலேயே துன்புறுத்தப்படுவதை நான் மட்டுமல்ல; அவருடைய குழந்தைகளும் பார்த்துக்கொண் டிருந்தார்கள். பின்பு அவருடைய காயங்களின் மீது ரொட்டி மாவை அழுத்தி வலியைக் குறைக்க முயன்றார்கள்.

விவசாயி: அப்படியானால் நீங்கள் எங்களுக்கு உதவ முடியாது என்று நினைக்கிறீர்களா?

ஸாஸோன்: நீ கேட்கும் உதவியை நான் செய்து அதனால் ஏற் படும் விளைவுகள் மற்றவர்களை எந்த அளவுக்குப் பாதிக் கும் என்பதை நினைக்கும்போது நீ கேட்கும் உதவி சிறிய தாக இருந்தாலும் அர்த்தமற்றதாகிவிடுகிறது. இந்த உதவி யின் விளைவுகள் எவராலும் தாங்கிக்கொள்ள முடியாத கொடிய நிலையை உருவாக்கிவிடும்.

(நம்பிக்கையிழந்த மனநிலையில் இஞ்சினியர் விவசாயி யைக் கூப்பிடுகிறார்.)

இஞ்சினியர்: குஸி, குஸி இங்கே வா! மறுபடியும் இங்கே உட்கார்ந்துகொள். கல்லை மனிதனாக மாற்றும் முயற்சி யில் உனக்கும் தோல்விதான் ஏற்படும். உண்மை வாழ்க் கைக் கதைகளைக் கேட்டுக் கல் கரையாது. இங்கே வா! உன் சக்தியை வீணடிக்காதே! இன்னும் எதற்காகவெல் லாம் சக்தி தேவைப்படுமோ, யார் கண்டார்கள்?

ஹோ. முதலாளி: இந்த அளவு பிடிவாதத்தை நாம் சந்திக்க நேருமென்று நான் எதிர்பார்க்கவில்லை. நான் இத்தகைய நிலையில் என்ன செய்ய வேண்டுமோ அதைச் செய்யத் தயாராக இருப்பேன்.

இஞ்சினியர்: தாகத்தால் நம்மை இங்கே சாகடிக்கிறார்கள்!

லாரி ஓட்டி: பசியால்கூடத்தான்.

கான்ஸல்: ஒருவன் என்ன சாதிக்க முடியும் என்பதல்லாமல் எதைச் சாதிக்க முடியாது என்பதை வைத்தே அவனை எடைபோட வேண்டும். அப்போதுதான் அவனை முழு மையாகப் புரிந்துகொள்ள முடியும்.

(இஞ்சினியர் திடீரென்று எழுந்து நிற்கிறார்.)

இஞ்சினியர்: (கடுங்கோபத்துடன்) என்ன பைத்தியக்காரத் தனம் இது. ஒன்பது நிரபராதிகள் தங்களை ஒரு கேவலமான மனிதன் துன்புறுத்த அனுமதிக்கிறார்கள். அவனை வேண்டு கிறார்கள், கெஞ்சுகிறார்கள், நண்பனிடம் பேசுவதுபோல் பேசுகிறார்கள். ஆனால், அவனோ தன்னுடைய கொள்கை என்னும் கோட்டையில் புகுந்துகொண்டு திமிரான பதில் களையே சொல்கிறான். இது எனக்கு மிகவும் ஆச்சரியமாக இருக்கிறது. நான் நம்மைப் பற்றியே ஆச்சரியப்படுகிறேன். இவனது திமிரான பேச்சையும் இகழ்ச்சியையும் அல்லவா நாம் பொறுத்துக்கொள்ள வேண்டியுள்ளது. நாம் இவனைக் கொடையாளிபோல் நடத்துகிறோம். இவனல்லவா நம்மை அப்படி நடத்த வேண்டும்!

கான்ஸல்: பார்க்கப்போனால் தூரத்து மாமன்கூட ஒருநாள் நமக்குக் கொடையாளியாக ஆவதற்கு வாய்ப்புள்ளதே?

இஞ்சினியர்: எனக்கு இதையெல்லாம் கேட்டுச் சலித்துவிட் டது. நாம் வேறு வழியைக் கையாள வேண்டும். இல்லாவிட் டால் இங்கிருந்து தப்பவே முடியாது.

வங்கி அதிகாரி: தொடக்கத்திலிருந்தே நான் இதைத்தான் கூறி வருகிறேன்.

லாரி ஓட்டி: என்ன இருந்தாலும் இந்தப் பயல் ஒரு கொலைக் குற்றவாளிதானே!

கான்ஸல்: தன் செயல் நல்லதா கெட்டதா என்ற தடுமாற்றம் ஒரு குற்றவாளிக்குக்கூட எப்போதுமே இருக்கும். தற் போதைய நம் தடுமாற்றமும், இவர் தடுமாற்றமும் ஒரே ரகத்தைச் சேர்ந்ததுதான்.

லாரி ஓட்டி: எதைச் சொன்னாலும் பதிலுக்கு ஒன்றைச் சொல்ல உங்களுக்குத் தோன்றுகிறதல்லவா?

கான்ஸல்: நல்ல கருத்துகள் தோன்றும்போது ஒருவன் வேறு என்ன செய்ய முடியும்?

இஞ்சினியர்: நாம் ஒரு வாக்கெடுப்பும் நடத்த வேண்டும்.

ஹோ. முதலாளி: வாக்கெடுப்பா? எதைப் பற்றி?

இஞ்சினியர்: வாக்கெடுப்பு நடத்தினால் எல்லாமே தெளி வாகும். யார் எவர் பக்கம் என்றாவது தெரிந்துகொள்ள முடியும்.

கான்ஸல்: ஒவ்வொரு வாக்கெடுப்பு ஒரு தீர்ப்பை உள்ளடக்கி யிருக்கிறது.

இஞ்சினியர்: இருந்தால் என்ன? நமக்கு இப்போது தெரிய வேண்டியதெல்லாம் ஒன்றுதான். இந்த மனிதனின் நடத் தையை யார் ஒப்புக்கொள்கிறார்கள் என்று அறிய வேண் டும். அல்லது வேறு விதமாகச் சொல்ல வேண்டுமென்றால் — யார் இவன் பக்கம், யார் இவனுக்கு எதிராக... என்று.

(அறையில் மௌனம் நிலவுகிறது. வாக்கெடுப்பின் பின் விளைவுகள் எவ்வாறு இருக்கும் என்பதை எல்லோரும் உணர்ந்தவர்களாகத் தரையைப் பார்க்கிறார்கள்.)

இஞ்சினியர்: நாம் கண்டிப்பாக ஒரு முடிவுக்கு வர வேண்டும். எனவே மீண்டும் கேட்கிறேன். யார் இவன் பக்கம், யார் இவனுக்கு எதிராக?

வங்கி அதிகாரி: இவனுக்கு எதிராக வாக்களிக்கிறேன்.

லாரி ஓட்டி: சந்தேகத்திற்கு இடமின்றி, எதிராக.

இஞ்சினியர்: நீங்கள்?

அ. தொழிலாளி: இவனுக்கு அது புரிந்திருக்க வேண்டுமே!

இஞ்சினியர்: அப்படியென்றால்?

அ. தொழிலாளி: எதிராக!

இஞ்சினியர்: நீ?

விவசாயி: (ஸாஸோனை நோக்கி) மன்னிக்க வேண்டும் ஐயா! நீர் எங்களுக்கு உதவி செய்யத் தயாராயில்லை.

இஞ்சினியர்: அப்போது இவனுக்கு எதிராகவா?

விவசாயி: ஆமாம், ஐயா! ஆனால், எனக்கு வருத்தமாகத்தான் இருக்கிறது.

இஞ்சினியர்: நீங்கள்?

ஹோ. முதலாளி: இவருடைய நடத்தையினால் எனக்கு வேறு வழியே இல்லையே!

இஞ்சினியர்: அதாவது நீங்களும் இவனுக்கு எதிராக? மற்றவர்கள்?

மாணவன்: இதுவரையில் இவர் சொல்வதையெல்லாம் புரிந்து கொள்ள முடிகிறது.

இஞ்சினியர்: அப்படியென்றால் நீங்கள் இவன் பக்கம்!

மாணவன்: ஆமாம்! நான் இவர் பக்கம்.

இஞ்சினியர்: கான்ஸல், நீங்கள் என்ன சொல்லுகிறீர்கள்?

கான்ஸல்: எனக்கு முடிவான அபிப்பிராயம் ஒன்றுமில்லை.

இஞ்சினியர்: நீங்கள் ஒரு முடிவுக்கு வந்துதான் ஆக வேண்டும்.

கான்ஸல்: மன்னிக்க வேண்டும்! நான்தான் ஏற்கனவே முடி வைக் கூறிவிட்டேனே! எனக்கு எந்த அபிப்பிராயமுமில்லை.

இஞ்சினியர்: நீங்கள் ஆமாம் என்றோ இல்லை என்றோ சொல்ல வேண்டும். அதாவது இவன் பக்கமா இல்லையா என்று!

கான்ஸல்: அப்படிச் சொல்வது சொந்த முடிவாகாது, வற்புறுத்தலாகும்.

இஞ்சினியர்: சரி! உங்களுக்கு அபிப்பிராயமில்லை. டாக்டர் நீங்கள் என்ன சொல்கிறீர்கள்?

டாக்டர்: இந்த மனிதர் வலியால் அவஸ்தைப்படுகிறார்.

இஞ்சினியர்: இவன் பக்கமா இல்லையா?

டாக்டர்: நான் இவர் பக்கம்.

(மீண்டும் மௌனம் நிலவுகிறது.)

இஞ்சினியர்: நிலைமை என்ன என்று இப்போது நமக்குப் புரிந்துவிட்டது. இவர்களால் கூறப்பட்ட தீர்ப்பு உங்கள் காதில் விழுந்ததா?

ஸாஸோன்: ஆமாம்! அதை என்னால் மாற்றியமைக்க முடியாது.

இஞ்சினியர்: *(சீற்றத்துடன்)* ஒரு கொடிய செயலைச் செய்துவிட்டு, அதற்கான விளைவை ஏற்க மறுப்பதால் ஒன்பது நிரபராதிகள் கைதுசெய்யப்பட்டுக் காவலில் வைக்கப்பட்டிருக்கிறார்கள் என்ற உண்மையில் எந்த விதமான அக்கறையும் உங்களுக்கு இல்லையா?

ஸாஸோன்: நான் என்ன செய்திருந்தாலும் அதில் உங்களைச் சம்பந்தப்படுத்திச் செய்யவில்லை. என் செயலுக்கும் உங்களுடைய இந்த நிலைக்கும் எந்த விதமான தொடர்பும் கிடையாது.

இஞ்சினியர்: உங்கள் பார்வையில். எந்த விதமான தொடர்பும் இல்லைதான். ஆனால், எங்களைப் பொறுத்தவரையில்... நாங்கள் அனுபவிப்பதெல்லாம் உங்களால்தானே?

ஸாஸோன்: உங்களை இங்கு பணயக்கைதிகளாகக் கொண்டு வர வேண்டுமென்று கவர்னரிடம் யாரும் சொல்லவில்லையே!

இஞ்சினியர்: *(கோபத்துடன்)* வாயை மூடுங்கள். மீண்டும் வாயைத் திறந்தால் என் கை சும்மாயிருக்காது. *(அச்சுறுத்*

தும் தொனியில்) உங்களைக் கடைசி முறையாக எச்சரிக்கிறேன். மனசாட்சியின் அடிப்படையில் நன்றாக யோசனை செய்யுங்கள். இல்லையென்றால்... இல்லையென்றால் நீங்கள் வேறு விதமான அனுபவத்தைச் சந்திக்க நேரிடும்.

(வெளிச்சம் குறைந்து இருள் சூழ ஆரம்பிக்கிறது. சிறையில் உள்ளவர்கள் நின்றுகொண்டும் உட்கார்ந்துகொண்டும் இருக்கின்றனர். அவர்கள் எல்லோரும் தூங்குவதுபோல் காணப்படுகின்றனர். மாணவன் சத்தம் செய்யாமல் ஸாஸோன் படுத்திருக்கிற கட்டிலில் அருகில் ஊர்ந்து செல்கிறான்.)

மாணவன்: (மற்றவர்களுக்குக் கேட்கக் கூடாது என்ற பயத்தில் மிகவும் மெல்லிய குரலில்) தூங்குகிறீர்களா?

ஸாஸோன்: இல்லை! ஏன் கேட்கிறீர்கள்?

மாணவன்: உங்கள் கை எங்கே? (மாணவன் ஸாஸோனின் கைகளைத் தேடிப் பிடித்துக்கொள்கிறான்.)

ஸாஸோன்: என்ன வேண்டும் உங்களுக்கு?

மாணவன்: இதோ ஒரு மாத்திரை, நீங்கள் வாயில் போட்டுக் கொண்டு கடித்து விழுங்குங்கள். அதற்குப் பிறகு இருபது நொடியில் எல்லாம் முடிந்துவிடும். என்னிடம் உள்ள பொருள்களில் மிகவும் அரியது இந்த மாத்திரைதான்.

ஸாஸோன்: எதற்காக நான் இதைச் சாப்பிட வேண்டும்?

மாணவன்: இதை நான் எப்போதுமே என்னிடத்தில் வைத்திருக்கிறேன்—கால்சட்டையின் அடி மடிப்பினுள். ஏதோ ஒரு விதமான உடல் இறுக்கத்தை மட்டுமே நீங்கள் உணர்வீர்கள்... யாரோ உங்களைச் சுத்தியால் அடிப்பது போன்று... ஏதோ ஒரு உணர்ச்சி மட்டும்தான். அதுவும் சில வினாடிகள் வரைதான்... அதற்குப் பிறகு எல்லாமே முடிந்திருக்கும்.

ஸாஸோன்: எனக்கு விஷம் தேவையில்லை.

மாணவன்: இது உங்களுக்கேற்ற ஒரு குறுக்கு வழி. உங்களுக்கு உத்தரவாதமானதும்கூட.

ஸாஸோன்: எதற்கு உத்தரவாதம்?

மாணவன்: உங்கள் விடுதலைக்கு.

ஸாஸோன்: (யோசித்துக்கொண்டே) அந்தக் கணத்தை நானே தேர்ந்தெடுத்துக்கொள்ள முடியும். நான் முடிவு செய்ய வேண்டும் அவ்வளவுதான்.

மாணவன்: பிறகு என்ன?

ஸாஸோன்: (சற்று மௌனத்திற்குப் பிறகு) முடியாது! நீங்கள் அளிக்கும் இந்த உத்தரவாதத்தை நான் தியாகம் செய்தேயாக வேண்டும். என்னைக் கொல்லும் வேலையை மரண தண்டனை நிறைவேற்றுபவனுக்கே விட்டுவிட விரும்புகிறேன். அவனைப் பொறுத்தவரையில் அது அவனுக்கு ஒரு தினசரி சடங்காக இருந்தபோதிலும் எப்போது மரண தண்டனையை நிறைவேற்ற வேண்டும் என்பதை அவன்தான் முடிவு செய்ய வேண்டும்.

மாணவன்: இந்த மாத்திரையை நீங்களே வைத்துக்கொள்ளுங்கள். இது ஒரு கட்டத்தில் உங்களுக்குத் தேவையாயிருக்கலாம்.

ஸாஸோன்: புரியவில்லையே!

மாணவன்: உங்கள் பாதுகாப்புக்கு.

ஸாஸோன்: யாரிடமிருந்து என்னைப் பாதுகாத்துக்கொள்ள வேண்டும் என்கிறீர்கள்?

மாணவன்: எங்களிடமிருந்து. நிரபராதிகளிடமிருந்து. இன்று குற்றமற்ற நல்லவர்கள் என்று இருக்கும் மக்கள் எந்த விதமான கொடிய செயலுக்கும் தயாராக இருப்பார்கள் என்பதை நீங்கள் நன்றாகப் புரிந்துகொள்ள வேண்டும். நான் உங்கள் நிலையில் இருந்தால், இந்தச் சூழ்நிலைக்கேற்பப்

பாதுகாப்பைத் தேடிக்கொள்வேன். இதோ, வைத்துக்கொள் ளுங்கள் இந்த மாத்திரையை.

ஸாஸோன்: மிக்க நன்றி. எனக்கு விஷம் தேவையில்லை. உங்களுடைய நட்பின் அடையாளம்...

மாணவன்: நான் இம்மாத்திரையை அவ்வளவு சுலபத்தில் வேறு யாருக்கும் கொடுக்க மாட்டேன். *(மாத்திரையை மீண்டும் தன் கால்சட்டையில் ஒளித்துவைத்துக்கொள்கி றான் மாணவன். ஒருவர் பின் ஒருவராக மற்றவர்கள் விழித்து எழுகிறார்கள்.)*

லாரி ஓட்டி: *(கோபத்துடன்)* அமைதி! என்ன அரட்டை அங்கே?

ஹோ. முதலாளி: *(திடீரென்று)* கடவுளே! இப்போது மணி என்ன? மீண்டும் ஒரு இரவு முடிந்துவிட்டதா என்ன, என் னால் நம்ப முடியவில்லையே!

கான்ஸல்: அப்படித்தான் நினைக்கிறேன். காலம் தன் சட்டப் படி ஓடிக்கொண்டுதான் இருக்கிறது.

ஹோ. முதலாளி: என் வீட்டைப் பற்றிக்கூட நான் எண்ணிப் பார்க்கக் கூடாது!

கான்ஸல்: உங்கள் எண்ணங்களுக்கு கவர்னர் எந்த விதமான தடையையும் விதிக்கவில்லையே.

லாரி ஓட்டி: என் தூக்கம் கலைந்துவிட்டது. கண் விழித்த பிறகு மீண்டும் என்னால் தூங்கவே முடியாது. எல்லாவற்றிற்கும் இந்தப் பயலும் இவனுடைய அரட்டையும்தான் காரணம்.

கான்ஸல்: என்னுடைய தூக்கமின்மைகூட ஒரு கட்டத்தில் பயனுள்ளதாக இருக்கும் என்று நான் நினைத்ததில்லை. நம்முடைய வேண்டாத பழக்கங்கள்கூட நமக்குப் பயன் அளிக்கக்கூடும். அதாவது நாம் பொறுமையுடன் நீண்ட காலம் காத்திருந்தால்.

லாரி ஓட்டி: ரொம்பப் புத்திசாலித்தனமாகப் பேசிவிட்டதாக நினைப்போ?

கான்ஸல்: இல்லை. அதற்கு எதிர்மாறாக. எனக்கு நானே ஆறு தல் கூறிக்கொண்டேன். அதைப் புத்திசாலித்தனம் என்று யாரும் கூற முடியாதே.

லாரி ஓட்டி: உங்கள் பேச்சு வறட்டுத்தனமாக இருக்கிறது.

வங்கி அதிகாரி: எனக்கு ரொம்பவும் பசிக்கிறது. இனியும் நான் பொறுமையுடன் இருக்க முடியாது.

(மௌனம்)

இஞ்சினியர்: அவன் இன்னும் இங்குதான் இருக்கிறானா?

லாரி ஓட்டி: கட்டிலில்! அதைப் பற்றி என்ன சந்தேகம்? மிகவும் வசதியான இடத்தில் இருக்கிறான் இவன்.

(திடீரென்று எழுந்து டாக்டர் கட்டிலுக்கருகில் செல்லுகி றார். எல்லோருடைய கண்களும் அவர் மீதே பதிகின்றன. தன் சக்தியை எல்லாம் ஒன்று திரட்டிக்கொள்கிறார் டாக் டர்.)

டாக்டர்: நான் உங்களிடம் பேசலாமா?

ஸாஸோன்: என்ன? சொல்லுங்கள், டாக்டர்.

டாக்டர்: உங்களிடம் ஒன்று சொல்ல வேண்டும். நான் நீண்ட நேரமாகக் காத்திருக்கிறேன். அது உங்களுக்கே தெரியும்.

ஸாஸோன்: எனக்குத் தெரியும். நான் உங்களுக்கு மிகவும் கடமைப்பட்டிருக்கிறேன்.

டாக்டர்: வேறு வழியில்லை. நான் சொல்லப்போவதை நீங்கள் புரிந்துகொள்ள வேண்டும்...

லாரி ஓட்டி: டாக்டர் இவனிடம் எவ்வளவு மரியாதையுடன் பேசுகிறார் என்பதைக் கவனியுங்கள்! இந்தக் கொடியவ னிடம் இவ்வளவு நடந்த பிறகும் இவனை இவர் கண்ணிய மாகவே நடத்துகிறார்!

டாக்டர்: ... நான் நீண்ட நேரம் காத்திருந்துவிட்டேன். இந்த நிலைமை இனியும் இவ்வாறே நீடிக்கக் கூடாது. நாம் ஏதாவது ஒரு முடிவுக்கு வந்தே ஆக வேண்டும்.

ஸாஸோன்: உங்கள் முடிவு என்னைச் சார்ந்து இல்லை.

டாக்டர்: (உணர்ச்சி வசப்பட்டு) நான் என்னுடைய மருத்துவ மனைக்குப் போக வேண்டும். நான் சொல்வதைக் கவன மாகக் கேளுங்கள். மூன்று வாரங்களாக நான் ஒரு பெண் மணிக்குச் சிகிச்சை அளித்துவருகிறேன். கொடிய புற்று நோய். முதலில் எவ்விதமான நம்பிக்கைக்கும் இடமில்லை போல் தோன்றியது. என் ஆலோசனையின்பேரில் புதிய மருந்து ஒன்றை மருத்துவமனை வாங்கியுள்ளது. சாதாரண மாக இம்மாதிரியான மிக விலை உயர்ந்த மருந்துகளை வாங்குவதில்லை. ஆனால், மருத்துவத்தில் ஒரு பரிசோதனை என்பதால் இது அனுமதிக்கப்பட்டது. நோய் கட்டுக்குள் அடங்கிவருவது மட்டும் அல்லாமல் நல்ல பலன்களும் தெரியவந்துள்ளன. இந்தப் பரிசோதனை எனக்கு எவ்வளவு முக்கியமானது என்பதை உங்களால் புரிந்துகொள்ள முடி கிறதா? இதில் மட்டும் எனக்கு வெற்றி கிடைத்துவிட் டால்...

ஸாஸோன்: எனக்குப் புரிகிறது டாக்டர். ஆனால், என்னிடம் என்ன எதிர்பார்க்கிறீர்கள்? என் நண்பர்களைக் காட்டிக் கொடுத்து இந்தப் பெண்மணியைக் காப்பாற்ற வேண்டும் என்கிறீர்களா?

டாக்டர்: நீங்கள் நினைப்பதுபோல் இது ஒரே ஒரு உயிரைப் பற்றிய பிரச்சினை அல்ல. இந்தப் பெண்மணியின் உயி ரைக் காப்பாற்றுவதில் நான் வெற்றிகண்டால் கொடிய நோயான புற்றுநோயைப் பற்றிய என் அனுமானம் சரி என்று ஆகிவிடும். அதன்பின் நூற்றுக்கணக்கான உயிர் களை நாம் காப்பாற்ற முடியும்.

ஸாஸோன்: எண்ணிக்கையில் மிகுந்தவர்கள் என்பதால் ஒருவ னின் காட்டிக்கொடுக்கும் துரோகச் செயலை நியாயப் படுத்த முடியுமா என்ன?

டாக்டர்: எண்ணிக்கையின் பெயரால் அல்ல... மனித வாழ்க்கையின் பெயரால் கேட்கிறேன்.

ஸாஸோன்: சில சமயங்களில் மரணத்திற்குக்கூட அதன் கட்சியில் நல்ல காரணங்கள் இருக்க முடியும். ஒவ்வொரு மரணமும் மனித வாழ்வைக் கேவலப்படுத்துவதாக இருக்கும் என்றால், அந்த வாழ்வுக்கு என்ன மதிப்பிருக்க முடியும்? எனவே மனித வாழ்வு என்ற பெயரால் என்னிடம் விடுக்கப்படும் எந்தக் கோரிக்கையிலும் எனக்கு நம்பிக்கை கிடையாது.

டாக்டர்: எந்த நல்ல காரியத்தின் பெயரால் நீங்கள் கவர்னரை நோக்கிச் சுட்டீர்கள்?

ஸாஸோன்: எதிர்கால நல்வாழ்வின் பெயரால். மனிதனின் மரணம் நல்ல மரணமாக இருக்க வேண்டும் என்பதன் பெயரால். மனசாட்சியின் பெயரால்.

கான்ஸல்: இவர் சொல்வதெல்லாம் கிட்டத்தட்ட சரி என்றே தோன்றுகிறது. ஆனால், கொஞ்சம்கூடத் தயக்கமின்றி இவர் பதில் சொல்வதுதான் எனக்குத் தடுமாற்றத்தைத் தருகிறது. விந்தையிலும் விந்தை. ஆணித்தரமான கொள்கையின் மடியில் குளிர்காயும் ஒருவருக்குச் சந்தேகம் என்ற நடுக்கம் ஒன்று உண்டு என்பதே தெரியாது போலும். இவர் தயாராக இருக்கிறார். எந்த விதமான கேள்விக்கும் தயாராகப் பதில் வைத்திருக்கிறார். இவரைப் பார்த்தால் எனக்குப் பொறாமையாக இருக்கிறது. ஆனால், முழுவதுமாகப் பொறாமைப்படுவதற்கில்லை.

டாக்டர்: (அதிகாரத் தொனியில்) நான் சொன்னதைப் பற்றி உங்களுக்கு எந்த விதமான கவலையும் இல்லையா? எங்களைப் பற்றி நீங்கள் கவலைப்படத் தேவையில்லை. எங்களை நம்பி இருக்கும் மற்றவர்களைப் பற்றியாவது கவலைப்பட வேண்டாமா?

ஸாஸோன்: டாக்டர்! துயரங்களில் பல ரகம் உண்டு. மற்றவர்களுக்குத் துன்பத்தை உண்டாக்கும் நிலைக்கு ஆளாவது

கூட ஒரு விதத் துன்பம்தான். எவன் ஒருவன் இவ்வாறான துயரத்தைத் தன்மீது தானாகவே சுமத்திக்கொள்கிறானோ, அவன் அவ்வாறான துயரத்தைத் தாங்கிக்கொள்ள வேண்டியவர்களைவிட எந்த விதத்திலும் மேலானவன் அல்ல.

லாரி ஓட்டி: இப்படியே இவன் பேசிக்கொண்டே போனால் இவன் கதையை முடித்துவிடுங்கள்.

டாக்டர்: வேறு எந்த வழியிலாவது எங்களுக்கு உதவ முடியுமா?

ஸாஸோன்: மாற்று வழி தெரிந்திருந்தால் எப்போதோ உங்களுக்கு நான் உதவியிருப்பேன்.

டாக்டர்: அப்படியானால் நான் ஒன்றைச் சொல்லித்தான் ஆக வேண்டும்...

ஸாஸோன்: எனக்குத் தெரியும்...

டாக்டர்: (கடுங்கோபத்துடன்) இல்லை! உங்களுக்குத் தெரியாது... உங்களுடைய நடத்தையை நான் வெறுக்கிறேன். நீங்கள் உங்கள் நண்பர்களுடனான ஒற்றுமை பெரிது என்று பொய் சொல்கிறீர்கள். அப்படிச் சொல்வதனால் அதை விடப் பெரிய ஒரு ஒற்றுமையையே குலைக்கிறீர்கள்; நீங்கள் மனசாட்சியைப் பற்றிப் பேசுகிறீர்கள், ஆனால், உங்களுடைய நடத்தையைப் பார்க்கும்போது உங்கள் மனசாட்சி எவ்வளவு கேவலமானது என்று எங்களால் நன்றாகவே எடைபோட முடிகிறது.

கான்ஸல்: நான் இந்த மனசாட்சியைச் சாமர்த்தியமான மனசாட்சி என்று கூறத் தயங்க மாட்டேன். காலம், இடம், சந்தர்ப்பத்துக்கு ஏற்ப அது செயல்படும்.

டாக்டர்: உங்களிடம் இனி நான் எதுவும் பேச விரும்பவில்லை. *(மனக்கசப்புடன் ஸாஸோனின் அருகிலிருந்து நகர்ந்து செல்கிறார் டாக்டர். லாரி ஓட்டி ஸாஸோனிடம் வந்து அவன் சட்டையைப் பிடித்துக்கொள்கிறான்.)*

லாரி ஓட்டி: அப்படியென்றால் நான் பேசுகிறேன் இவனோடு. கட்டிலிலிருந்து எழுந்திரு சீக்கிரம். *(ஸாஸோன் எழுந்து நின்று கட்டளைக்குப் பணிந்து சுவரின் மீது சாய்ந்து நிற்கிறான்.)*

லாரி ஓட்டி: சீக்கிரமாக இந்தச் சுவரின் அருகில் வந்து நில். சொல்வதைக் கேளடா கண்ணா! மற்றவர்களைப் போல் நான் உன்னைக் குழப்ப மாட்டேன். 'உண்டு' 'இல்லை' என்ற வார்த்தைகள் மட்டும்தான் எனக்குப் புரியும். அது கூட நீ பேசும் மொழிதானே?

ஸாஸோன்: நான் சொல்லவேண்டியதை ஏற்கனவே சொல்லியாகிவிட்டது.

லாரி ஓட்டி: தப்புக் கணக்குப் போடுகிறாய். உன்னால் இன்னும் பேச முடியும். என்ன சொல்கிறாய் இப்போது?

ஸாஸோன்: சொன்னதைத்தான் நான் மீண்டும் சொல்ல முடியும்.

லாரி ஓட்டி: என்னிடம் அது பலிக்காது. திரும்பிப் பார். இங்கு ஒன்பது மனிதர்கள். எல்லோரும் கண்ணியமானவர்கள். நீ கவர்னரைச் சுட முயன்றதால் எல்லோரும் இந்த அனாவசியமான சூழ்நிலையைத் தாங்கிக்கொள்ள வேண்டியிருக்கிறது. பெயர்களை உடனே சொல்லிவிடு. சீக்கிரம். *(சற்று மௌனம். லாரி ஓட்டி ஸாஸோனைப் பிடித்து அடிக்கிறான்.)* சொன்னது புரியவில்லையா இன்னும்?

கான்ஸல்: இவரை அடிப்பதை நிறுத்துங்கள்! அடி உதை மூலம் ஒருவரின் மனநிலையை மாற்றிவிட முடியும் என்று நான் கேள்விப்பட்டதுகூட இல்லை.

லாரி ஓட்டி: சொல்லிவிடு! கொலை முயற்சியில் பங்குகொண்டவர்கள் யார்யார் என்று சொல்கிறாயா இல்லையா? *(மௌனம். மீண்டும்மீண்டும் ஸாஸோனை அடிக்கிறான் லாரி ஓட்டி. ஸாஸோன் வலியால் முனகுகிறான்.)* எனக்கு

அவர்களது பெயர்கள் தெரிந்தாக வேண்டும். *(உரத்த குரலில்)* அவர்களது பெயர்கள் தெரிந்தாக வேண்டும். *(மீண்டும் அடிக்கிறான் லாரி ஓட்டி.)*

ஹோ. முதலாளி: கடுமையாக அடிக்க வேண்டாம்.

லாரி ஓட்டி: அப்போதுதான் இவன் என்னை நன்றாகப் புரிந்து கொள்வான், நான் சொல்வது சரிதான். இல்லையா? இப்போதுதானே நீ நன்றாகப் புரிந்துகொள்வாய்?

இஞ்சினியர்: இவன் புரிந்துகொள்வான் என்று நான் நம்ப இடமிருக்கிறது.

லாரி ஓட்டி: ஏன் இன்னும் வாயடைத்து நிற்கிறாய்? உனக்கு வேறு ஒன்றும் தோன்றவில்லை? இன்னுமா புரியவில்லை? ஒன்று, உன்னுடைய கூட்டாளிகளின் பெயர்களைச் சொல்! அல்லது, கவர்னருடன் ஒத்துழைப்பதாகச் சொல்! இப்போது உன்னுடன் பேசுவது நான். *(மீண்டும் உதை, குத்து. நிற்பதற்கே கஷ்டப்படுகிறான் ஸாஸோன்.)*

மாணவன்: இவரை விட்டுவிடுங்கள்.

லாரி ஓட்டி: நீங்கள் இதில் தலையிட வேண்டாம்! அதுவும் நீங்கள் தலையிட வேண்டாம். நீங்கள்தான் இன்னும் இவன் பக்கமாயிற்றே! இப்போது நீங்கள் ஒருவர் மட்டும்தான் இவன் பக்கம். டாக்டர் சொன்னதைக் கேட்டிருப்பீர்களே.

மாணவன்: அவர் சொன்னதை நானும் கேட்டேன்.

லாரி ஓட்டி: அதற்குப் பிறகுமா?

மாணவன்: *(இகழ்ச்சியுடன்)* உங்கள் கை மிகவும் மென்மையானது. கைதான் வலிக்குமே தவிர வேறு எதையும் உங்களால் சாதிக்க முடியாது.

லாரி ஓட்டி: இவன் தன்னைப் பாதுகாத்துக்கொள்ளலாமே! ஏன் இவன் நான் அடிப்பதைத் தடுக்க முயலவில்லை?

மாணவன்: *(வெறுப்புடனும் இகழ்ச்சியுடனும்)* உங்கள்மீது உள்ள பரிவு காரணமாகத்தான். எல்லா விதத்திலும் தனக்குச் சமமானவருடன்தான் இவர் மோதுவார்.

லாரி ஓட்டி: நீங்கள் இனித் தலையிட வேண்டாம். இங்கிருந்து போய்விடுங்கள். *(லாரி ஓட்டி மீண்டும் ஸாஸோனிடம்)* இன்னுமா உனக்குப் புரியவில்லை? நான் பெயர்களைத் தெரிந்துகொள்ள வேண்டும். நாங்கள் எல்லோருமே அதைத்தான் கேட்கிறோம். நீ செய்த குற்றத்தினால் நாங்கள் இங்கே கொண்டுவரப்பட்டதுபோல் இங்கிருந்து நாங்கள் வெளியே செல்ல நீ உன் கடமையைச் செய்ய வேண்டும். *(மீண்டும், ஸாஸோனை அடிக்கிறான்.)* நேரமாகிறது. எவ்வளவு அழகாக நீ பேசுகிறாய்? எவ்வளவு நேரம் உன் பேச்சை நாங்கள் கேட்டுக்கொண்டிருந்தோம். இப்போது திடீரென்று உன் வாய் அடைத்துக்கொண்டுவிட்டதே. *(மௌனம். விவசாயியின் கூக்குரல்; அவன் குதித்தெழுந்து நிற்கிறான்.)*

விவசாயி: *(மிகுந்த கலவரத்துடன்)* இங்கே பாருங்கள்! இவர் என்ன செய்துகொண்டுவிட்டார் என்று! இவர் தன்னுடைய விரல்களை வெட்டிக்கொண்டுவிட்டார்—இந்தக் கத்தியினால் துண்டாக்கப்பட்ட இரண்டு விரல்கள்—ஐயோ கடவுளே—இதைப் பாருங்கள்...

இஞ்சினியர்: என்ன ஆயிற்று?

அ. தொழிலாளி: *(வலியினால் சூழ்நிலையை மறந்தவனாகவும், கொடூரமான திருப்தியுடனும்)* என்னை வெளியே கொண்டுவிடுங்கள். *(வலியின் கடுமையால் முனகுகிறான்.)* அம்மா! *(விரல்கள் இழந்த மூளியான கையை உடலின் கீழ்ப் பகுதியில் அழுத்திக்கொண்டு, கூனிக்குறுகி நிற்கிறான்.)*

இஞ்சினியர்: விரல்களை வெட்டிக்கொண்டுவிட்டார் இவர்! காவலாளி!

காவலாளி: என்ன ஐயா?

டாக்டர்: என்ன ஆயிற்று? சீக்கிரம் காயத்துக்குக் கட்ட ஏதாவது கொண்டுவா.

அ. தொழிலாளி: என்னை வீட்டுக்கு அழைத்துச் செல்லுங்கள்!

இஞ்சினியர்: காவலாளி! உடனே கதவைத் திற! உம்! சீக்கிரம்! இவர் விரல்களை வெட்டிக்கொண்டுவிட்டார். நாங்கள் இவரை வெளியே கொண்டுசெல்ல வேண்டும்.

காவலாளி: மன்னிக்க வேண்டும் ஐயா! 'காரியம் முடிவதற்கு' முன்னால் இந்தக் கதவை நான் திறக்க முடியாது.

இஞ்சினியர்: (கடுங்கோபத்துடன்) 'காரியம் முடிவதற்கு முன்னால்?' இதற்கென்ன அர்த்தம்? உனக்குத் தெரியவில்லையா? ரத்தம் வழிவதை நீ பார்க்கவில்லை? இரண்டு விரல்கள்...

காவலாளி: கம்பிகள் ஐயா! அவற்றை நீங்கள் தொட அனுமதி இல்லை.

இஞ்சினியர்: அதைப் பற்றி எனக்குக் கவலையில்லை. உடனே கதவைத் திற, சீக்கிரம். நான் சொல்வது உன் காதில் விழவில்லை?

(காவலாளி சவுக்கால் ஒரு முறை அடிக்கிறான். கோபத்தாலும் வலியாலும் முனகி மின்னலால் தாக்கப்பட்டவர் போல் இஞ்சினியர் பின்னால் நகர்கிறார். டாக்டரின் கையில் அவனுடைய சவுக்கு.)

இஞ்சினியர்: நாயே! உன்னைப் பிறகு பார்த்துக்கொள்கிறேன்.

டாக்டர்: கோட்டைக் கழற்றுங்கள்! சட்டையின் முன்னங்கையைத் தூக்குங்கள். (அச்சகத் தொழிலாளியின் கையில் கட்டுப்போடுகிறார்.)

அ. தொழிலாளி: என்னை வெளியே அழைத்துச்செல்லுங்கள். இப்போதே!

வங்கி அதிகாரி: காவலாளி!

காவலாளி: என்ன ஐயா?

வங்கி அதிகாரி: நீ உடனே மேஜருக்குச் சொல்லியனுப்பு. இந்த மனிதருக்கு உடனடியாக உதவி தேவை.

காவலாளி: மேஜரை இப்போது பார்த்துப் பேச முடியாது!

வங்கி அதிகாரி: வேறு எப்போது? எப்போதுதான் அவருடன் பேச முடியும்?

காவலாளி: உங்கள் காரியத்தை நீங்கள் முடித்த பிறகு, ஐயா!

கான்ஸல்: இன்னுமா உங்களுக்குப் புரியவில்லை. தங்கள் மீதுள்ள அன்பினால் மட்டும் யாரும் தங்களுக்கு ஒரு காரியத்தை முடித்துக்கொடுக்க மாட்டார்கள் என்பது அதிகார வர்க்கத்திற்குத் தெரியும். தாங்கள் போட்ட கணக்குத் தப்பாமல் நடக்க வேண்டும் என்ற காரணத்தால் அவர்கள் தங்களுக்கு மிகவும் பிடித்தமான பழக்கத்தைக் கையாளுகிறார்கள். 'பணயக்கைதி'களாக்கி மிரட்டுவதன் மூலம். அப்படிச் செய்வதால் அவர்கள் யாருக்கும் நன்றி கூறப் போவதில்லை. ஆனால், அவர்களுடைய காரியம் சீக்கிரமே வெற்றியடையும்.

வங்கி அதிகாரி: சிகிச்சை ஏதும் அளிக்காமல் இந்த மனிதரை இப்படியே விட்டுவிடுவார்களா என்ன?

காவலாளி: இவருக்குச் சிகிச்சை தரப்படும் ஐயா!

வங்கி அதிகாரி: உடனடிச் சிகிச்சை தேவை!

அ. தொழிலாளி: என்னால் தாங்கிக்கொள்ள முடியவில்லை! என்னை வெளியே அனுப்புங்கள்.

டாக்டர்: உட்கார்ந்துகொள்ளுங்கள்!

வங்கி அதிகாரி: கொடூரமாக இருக்கிறதே!

கான்ஸல்: நேர்மாறானது என்று நான் நினைக்கிறேன்.

விவசாயி: (உணர்ச்சிவசப்பட்டு) இவர் அதை எப்படிச் செய்தார் என்று நான் பார்க்கவில்லை. ஏதோ சத்தம் கேட்டது! பின்பு அவர் சாய்ந்து விழுந்தார். அதன்பின் கத்தி என் கண்ணில் பட்டது. ஆனால், இவரிடமிருந்து எந்த விதமான சத்தமும் இல்லை.

வங்கி அதிகாரி: இப்படியே போனால் எனக்குப் பைத்தியம் பிடித்துவிடும்.

கான்ஸல்: நாம் ஏற்கனவே அந்த நிலையில் இல்லை என்பதற்கு என்ன உத்தரவாதம்?

டாக்டர்: உட்கார்ந்துகொள்ளுங்கள்!

(கான்ஸல் தன்னுடைய சட்டையைக் கழற்றிக் கிழித்துக் கட்டுப்போடுவதற்காகக் பகுதியைக் கொடுக்கிறார்.)

கான்ஸல்: இதை வைத்துக்கொள்ளுங்கள் டாக்டர். கட்டுப் போடுவதற்கு இதனைப் பயன்படுத்துங்கள். ஆனால், அதிலிருக்கும் உயர்ந்த பொத்தான் மட்டும் எனக்கு வேண்டும். சீட்டு விளையாட்டில் என் அம்மா அதைப் பந்தயத்தில் வென்றது. அதோடு சேர்த்துச் சொத்தும் பணமும்கூட.

டாக்டர்: இது போதாது. இவருக்கு ஊசிபோட வேண்டும்.

வங்கி அதிகாரி: (கடுமையாக) இதை நீங்கள் பார்த்துக் கொண்டுதான் இருக்கிறீர்கள்.

ஸாஸோன்: (மிகுந்த சிரமத்துடன்) எனக்கு மிகவும் வருத்தமாக இருக்கிறது! நான் அவருக்கு நன்றி கூறுகிறேன்.

வங்கி அதிகாரி: நன்றியா?

ஸாஸோன்: அவர் ஏன் அப்படிச் செய்துகொண்டார் என்று எனக்கு நன்றாகவே தெரியும்.

லாரி ஓட்டி: கண்டிப்பாக உனக்காக அல்ல. எங்களுக்காகத் தான். எங்களுக்காகக் கதவைத் திறந்துவிட இவர் விரும்பினார். உன் மூளைக்கு அதெல்லாம் எங்கே எட்டப்போகி

றது—உட்காராதே! நின்றுகொண்டேயிரு! நீ மட்டும் கட்டிலில் உட்கார்ந்தால்...

வங்கி அதிகாரி: எதுவுமே இவர் மனதைத் தொடுவதாகத் தெரியவில்லையே! இந்த மனிதரின் காயம்கூட இவருக்கு ஒரு பொருட்டாக இல்லையே!

ஸாஸோன்: (மிகுந்த ஆயாசத்துடன்) நீங்கள் என்னை என்ன வேண்டுமானாலும் செய்துகொள்ளுங்கள். என் நண்பர்களின் பெயரை எக்காரணத்தைக் கொண்டும் சொல்ல முடியாது. கவர்னரின் பக்கம் சேர நான் தயாராக இல்லை. அது நடக்காத காரியம். நீங்கள் என்னைப் புரிந்துகொள்ள முடியாது என்பது எனக்கு நன்றாகவே தெரியும். இந்த ஒரு கணத்தில் நடக்கும் நிகழ்ச்சிகளை வைத்து நீங்கள் என்னைத் தண்டிக்கிறீர்கள்! உங்களைப் பொறுத்தவரையில் இது ஒரு கசப்பான தருணம். இந்தக் கணம் ஒரு விபத்து. அதை நீங்கள் சீக்கிரமே மறந்துவிடுவீர்கள்! ஆனால், என் நண்பர்களின் தியாகம் சரியானது என்று உறுதிப்படுத்த இது எனக்கு ஒரு கடைசி வாய்ப்பு. என்றாவது ஒரு காலகட்டத்தில் எல்லாத் துயரங்களும் சரித்திரத்தினால் கொச்சைப்படுத்தப்படும். ஒருவன் பட்ட துயரங்களெல்லாம் கேலிக்குள்ளாகும். லட்சியத்துக்காகத் தன்னைத்தானே சித்திரவதை செய்துகொண்டு ஒருவன் செய்த தியாகங்களெல்லாம் பெருந்தன்மையுடன்கூடிய புன்சிரிப்பினால் சிறுமைப்படுத்தப்படும். துயரத்தை உணர்ந்த யாருமே இதை மாற்றியமைக்க முடியாது. எல்லாவற்றுக்கும் மயானங்கள் உண்டு. நம்முடைய உன்னதமான லட்சியங்களுக்குக்கூட. ஆனால், எவ்வளவு காலத்துக்கு முடியுமோ அவ்வளவு காலம்வரை நாம் நல்லதுக்காகத் துயரப்படுகிறோம் என்பதை உறுதிப்படுத்த முயல வேண்டும். எங்கள் துயர் ஒன்றைத்தான் யாரும் எளிதாகப் புறக்கணித்துவிட முடியாது.

கான்ஸல்: அப்பழுக்கற்ற வாதம். உங்கள் பேச்சு எங்களுடைய நிலைமையில் எவ்விதமான மாற்றத்தையும் ஏற்படுத்தாது என்றாலும், நீங்கள் சொல்வதை நான் ஏற்றுக்கொண்டேயாக வேண்டும். இது நாம் விரும்பிக் கோராவிட்டாலும் தானாகவே நமக்குக் கிடைத்துள்ள உண்மை. நான் இதை மிகவும் மதிக்கிறேன்.

லாரி ஓட்டி: நின்றுகொண்டேயிரு! நீ கட்டிலுக்குப் போக முடியாது.

வங்கி அதிகாரி: இப்போது என்ன செய்யலாம்?

அ. தொழிலாளி: நீங்கள் வெளியே கொண்டுவிடப் போவதில்லையா?

டாக்டர்: சற்றுப் பொறுங்கள்! ஏதாவது நடந்தே தீரும்.

இஞ்சினியர்: (*கடுங்கோபத்துடன்*) கதையை முடியுங்கள்!

கான்ஸல்: நாம் எல்லோரும் அதைத்தான் விரும்புகிறோம். ஆனால், எப்படி என்றுதான் தெரியவில்லை.

டாக்டர்: இந்த மனிதர் இங்கேயே இருப்பதில் அர்த்தமில்லை. இவருக்கு உடனே ஊசிபோட்டாக வேண்டும்.

லாரி ஓட்டி: (*பயங்கரமான அச்சுறுத்தலுடன்*) கேட்டாயா இதை? உன்னால் ஏற்பட்ட விளைவுகளைப் புரிந்துகொள்ள முடியவில்லையா? இன்னுமா உன் மனம் மாறவில்லை?

ஸாஸோன்: நான் இவரிடம் மன்னிப்புக் கேட்டுக்கொள்கிறேன்.

(*கடுங்கோபத்துடன் லாரி ஓட்டி ஸாஸோனின் பக்கம் திரும்பி அவனை அடிக்கிறான்.*)

லாரி ஓட்டி: என்ன? இவரிடம் மன்னிப்புக் கேட்கிறாயா? எவ்வளவு திமிர் உனக்கு? முதலில் எங்களையெல்லாம் இந்த இழிநிலைக்கு ஆளாக்கினாய். இப்பொழுது இவரிடம் மன்னிப்புக் கேட்கிறாய். அத்துடன் உன் கடமை முடிந்துவிட்டது என்று நினைப்பா? இப்பொழுது நீ ஒரு

முடிவுக்கு வர வேண்டும். *(மீண்டும் அடி... ஸாஸோன் தரையில் விழுகிறான். லாரி ஓட்டி அவனைத் தூக்கி நிறுத்த முயல்கிறான்.)* எழுந்திரு! உம், எழுந்திரு!

மாணவன்: இவரால் முடியாது. இவர் மயக்கம் போட்டுவிட்டாரா என்று தெரியவில்லை.

லாரி ஓட்டி: இவன் எழுந்தே ஆக வேண்டும்! *(ஸாஸோனைத் தூக்கி நிறுத்த முயல்கிறான், லேசாக அடிக்கிறான்.)*

மாணவன்: (இகழ்ச்சியுடன்) இவரைச் சுயநிலைக்குக் கொண்டு வரும் உங்கள் காரியத்தை நிறுத்த வேண்டாம். உங்கள் மனதில் உள்ளதைக் காரியத்தில் காட்டுங்களேன். அதுதான் சிறந்த முடிவு.

லாரி ஓட்டி: நான் உங்களை ஒன்றும் கேட்கவில்லை.

கான்ஸல்: சில சமயங்களில் நாம் கேட்காமலே தரப்படும் ஆலோசனைகள் நன்றாகவே இருக்கும்.

லாரி ஓட்டி: எழுந்து நில்!

(ஸாஸோன் நிற்க முடியாமல் தள்ளாடுகிறான்.)

மாணவன்: (இகழ்ச்சியுடன்) நாம் எப்படி வேண்டுமானாலும் காரியத்தை முடிக்க கவர்னர் நமக்கு அனுமதி அளித்திருக்கிறாரே!

கான்ஸல்: கொலை என்ற அன்புத் தொண்டு!

வங்கி அதிகாரி: நீங்கள் பேச வேண்டாம்! நாம் எப்படி அழிந்தாலும் இந்தத் தீயவனுக்கு அதைப் பற்றிக் கவலையே இல்லை. ஒருக்கால் அதைத்தான் இவன் விரும்புகிறானோ என்னவோ?

ஹோ. முதலாளி: நானும் அப்படித்தான் நினைக்கிறேன். நம்முடைய சாவைத் தவிர்ப்பதற்கு இவன் எதையுமே செய்ய மாட்டான்.

இஞ்சினியர்: பேசிக் காலத்தைக் கழிக்க வேண்டாம். ஏதாவது செய்யுங்கள்!

கான்ஸல்: பயப்பட வேண்டாம். நாம் ஏற்கனவே செய்துவிட்டோம். ஆனால், எண்ணத்தளவில்...

ஹோ. முதலாளி: நீங்கள் என்ன சொல்லவருகிறீர்கள்?

கான்ஸல்: மதிப்பிற்குரியவரே! நம்மில் ஒவ்வொருவரும் பலர் —விரோதிகள், நண்பர்கள்—சாக வேண்டுமென்று அவ்வப்போது ஆசைப்பட்டிருக்கிறோம். நாம் எல்லோரும் ரகசியமான உன்னதமான தனிப்பட்ட மயானம் ஒன்றை நிறுவியுள்ளோம். நம்மைச் சுற்றியுள்ள மனிதர்களுக்கு நாம் விரும்பியதெல்லாம் நேர்ந்திருந்தால் இந்த உலகத்தில் மக்கள்தொகைப் பெருக்கம் என்ற பிரச்சினையே இருந்திருக்காது. ஆனால், ஒன்று! விருப்பத்துக்கும் நடைமுறைக்கும் இடைவெளி இருக்கிறது—மெல்லியக் காகிதச் சுவர் போல.

ஹோ. முதலாளி: (சற்றுக் கோபத்துடன்) நான் சொல்லுவதைக் கவனமாகக் கேளுங்கள். கான்ஸல்! நம்மை இவன் எவ்வளவு வெறுக்கிறான் என்பதை வெளிப்படையாகவே காட்டிக்கொண்டுவிட்டான். 'எது நடந்தால் எனக்கென்ன' என்று இருப்பதன் மூலம் நம்மைக் கொலை செய்யவும் இவன் தயாராக இருக்கிறான். அதைப் பற்றி உங்களுக்குக் கவலையே இல்லையா? உங்களைப் பாதுகாத்துக்கொள்ள வேண்டும் என்ற எண்ணமே உங்களுக்கு இல்லையா?

கான்ஸல்: நான் சொல்லப்போவது உங்களுக்கு ஆச்சரியமாக இருக்கலாம். பாதுகாத்துக்கொள்வதா வேண்டாமா என்று என்னால் முடிவு செய்யவே இயலவில்லை.

ஹோ. முதலாளி: இதோ இங்கே உட்கார்ந்து கொண்டிருக்கிறாரே! இவரைப் பற்றியாவது சிந்தித்துப்பாருங்களேன். இவருக்கு உடனே மருத்துவ உதவி தேவை. இவருடைய உயிர் உங்களுக்கு முக்கியமாகப் படவில்லையா?

கான்ஸல்: மறுப்புக்கான சரியான காரணங்கள் இல்லாத போதிலும் வேண்டுமென்றே ஒருவன் ஒன்றைப் புரிந்து கொள்ளாமலும் இருக்கலாம்.

லாரி ஓட்டி: எழுந்து நில்! கண்ணைத் திற! இதுதான் ஆரம்பம்.

இஞ்சினியர் : (வேண்டா வெறுப்பாக) கதையை முடியுங்கள்!

வங்கி அதிகாரி: ஆமாம்! கதையை முடியுங்கள்!

(இருள் மேலும் படர்கிறது. பணயக்கைதிகள் நின்று கொண்டோ படுத்துக்கொண்டோ இருக்கிறார்கள். மெல்லிய முனகல் கேட்கிறது. மாணவன் டாக்டரின் பக்கம் திரும்பி.)

மாணவன்: (மெல்லிய குரலில்) டாக்டர், தூங்கிவிட்டீர்களா?

டாக்டர்: என்ன?

மாணவன்: நம்மில் யாராவது ஒருவர் விழித்துக்கொண்டே இருக்க வேண்டும்.

டாக்டர்: (களைப்புடன்) என்ன நடந்துவிட்டது?

மாணவன்: ஏதாவது நடக்கலாம். எனக்கும் அப்படித்தான் தோன்றுகிறது. இந்த இடத்தில் ஏதோ ஒன்று பரவிவருகிறது. நீங்கள் அதை உணரவில்லையா?

டாக்டர்: மீண்டும் அவன் அவரை அடிக்கிறானா?

மாணவன்: அவர்கள் இருவருமே தூக்கத்தில் இருக்கிறார்கள்.

டாக்டர்: அவரை அடிப்பதை நாம் அனுமதிக்கக் கூடாது. அவர் கதையை முடித்துவிடுவதை நாம் தவிர்க்க வேண்டும்.

கான்ஸல்: (மெல்லிய குரலில்) நீங்கள் சம்மதித்தால் நானும் உங்களுடன் சேர்ந்துகொள்கிறேன். முதல் காவலை நான் ஏற்றுக்கொள்கிறேன்.

டாக்டர்: இனியும் அவரை அடிப்பதை நாம் அனுமதிக்கக் கூடாது.

மாணவன்: நம்மால் முடிந்ததை எல்லாம் நாம் செய்துபார்த் தாகிவிட்டது. எந்த அளவுக்கு முடியுமோ அந்த அளவுக்கு அனுமதித்துவிட்டோம். நாம் ஒன்றையும் சாதிக்கவில்லை. இப்பொழுது ஒரே ஒரு வழிதான் இருக்கிறது. நம் மன சாட்சிப்படி நடப்பது.

கான்ஸல்: நாம் விழித்திருந்து இவரைப் பாதுகாக்க வேண்டும். என்ன வினோதம் இது! நம் விரோதிகூட ஒரு காலகட்டத் தில் நமக்கே விலைமதிப்பற்ற பொருளாகிவிடுகிறான்.

டாக்டர்: எல்லாவற்றையும் பார்த்துக்கொண்டு ஏன் வாய்மூடி மௌனியாக இருந்தீர்கள்?

மாணவன்: நாம் மூவரும் இந்தக் காவல் வேலையைப் பகிர்ந்து கொள்ளலாம்.

கான்ஸல்: மூவர் மட்டும்தானா? மற்றவர்களையும் கேட்டுப் பார்க்கலாமே? காவல் காக்கும் பணிக்கு வேறு சிலரும் தயா ராக இருப்பார்கள் என்று நான் நம்புகிறேன். (வெறுப்புக் கலந்த கேலியுடன்) என்ன சொன்னேன்? காவல் காக்க வேண்டும்! நாம் இங்கிருந்து வெளியேறுவதற்கு உதவி செய்ய மறுத்த ஒருவனை நாம் பாதுகாக்க வேண்டும். சரி யாகச் சொல்ல வேண்டும் என்றால் நம்மைக் கருணை கூர்ந்து தண்டித்த நீதிபதியின் தூக்கத்திற்கு நாம் காவல் புரிகிறோம். நான் சொல்வது புரிகிறதா உங்களுக்கு?

மாணவன்: இப்பொழுது இவர் நம்மைச் சேர்ந்தவர். தண்டிக் கப்பட்ட ஒருவனுக்கு மிகவும் நெருக்கமானவர் அவனு டைய நீதிபதியைத் தவிர வேறு யாரும் இருக்க முடியாது.

கான்ஸல்: மற்றவர்கள்?

மாணவன்: நாம் அவர்களைக் கேட்க வேண்டுமா என்ன?

டாக்டர்: அவர்கள் எல்லோருமே காவல் புரிவதற்குத் தயாராக இருப்பார்கள்.

மாணவன்: ஒருக்கால் ஒவ்வொருவரும் காவல் நேரத்தில் தங்கள் கடமைகளை வேறு விதமாக முடித்துவிட முடியும் இல்லையா?

விவசாயி: உங்கள் பேச்சை நான் கேட்டுக்கொண்டுதான் இருக்கிறேன். முதல் காவல் நான் செய்கிறேன். என் காவலின் போது இவரது தூக்கத்திற்கு எந்த விதமான இடையூறும் ஏற்படாது. யாரும் இவரை அணுகவோ தொடவோ விட மாட்டேன்.

டாக்டர்: நீ சொல்வதை நான் நம்புகிறேன்.

மாணவன்: எல்லோருமே இந்த விதமான பணியைச் செய்யத் தகுதியற்றவர்கள்.

கான்ஸல்: ஒன்று, எல்லோரும் காவல் பணியை மேற்கொள்ள வேண்டும். இல்லையென்றால் யாருமே வேண்டாம். இந்தக் குறிதவறாத வீரனை நாம் நம் எல்லோரிடமிருந்தும் காப்பாற்ற விரும்புகிறோம். காவல்பணி இவருக்காக அல்ல. நமக்காகவேதான். ஒவ்வொருவரின் காவல்பணிக் காலத்தில் விசேஷமாக ஏதும் நடக்காமல் இருக்க ஒவ்வொருவரும் முயல வேண்டும்.

டாக்டர்: முதலில் நான் தொடங்குகிறேன்.

கான்ஸல்: முதல் காவலை என்னிடம் ஒப்படையுங்கள்.

மாணவன்: இல்லை! என்னிடம்.

விவசாயி: இரண்டாவதாக நான்.

டாக்டர்: சரி. நான் முதலில் தொடங்குகிறேன். பிறகு நீ.

(மௌனம். மேலும் இருள் கவ்வுகிறது. கரிய இருள். திடீரென்று ஸாஸோனின் முனகல், கழுத்தை அழுத்திக் கொலை செய்யும்போது கேட்கும் முனகல் சத்தம். காலடி ஓசை. இருள் மறைந்து கொஞ்சம்கொஞ்சமாக வெளிச்சம்.)

லாரி ஓட்டி: என்ன நடந்தது?

ஹோ. முதலாளி: (வாய் குளறியபடியே) காவலாளியிடம் சொல்லுங்கள்... அவன் கதவைத் திறப்பான்.

மாணவன்: என்ன நடந்தது?

(மிகுந்த கலவரத்துடன் விவசாயி தரையில் கிடக்கும் ஸாஸோனைக் காட்டுகிறான்.)

விவசாயி: அவர் தரையில் கிடப்பதைப் பாருங்கள். இவர் இறந்துவிட்டாரென்று நான் நினைக்கிறேன்.

மாணவன்: இறந்துவிட்டாரா? உனக்கு எப்படித் தெரியும்?

விவசாயி: இவர் தரையில் கிடக்கும் நிலையைப் பாருங்கள். தலைகுப்புற. தன்னைத் தானே உறுதியாகப் பிடித்துக் கொள்வதுபோல் கைகள்.

டாக்டர்: இது உன்னுடைய காவலின்போதுதான் நடந்திருக்கிறது.

விவசாயி: நான் எனக்கே தெரியாமல் தூங்கியிருக்க வேண்டும், ஐயா!

மாணவன்: இவர் இறந்துவிட்டார். யாரோ ஒருவர் இவர் கழுத்தை நெரித்துக் கொலை செய்திருக்கிறார்.

ஹோ. முதலாளி: காவலாளியைக் கூப்பிடுங்கள். இப்போது அவன் கதவைத் திறப்பான்.

டாக்டர்: யார்? யார் இந்தக் காரியத்தைச் செய்தது?

(லாரி ஓட்டி ஸாஸோன் அருகில் சென்று குனிந்து பார்க்கிறான்.)

லாரி ஓட்டி: எனக்குத் தெரிகிறது. யாரோ இவனைக் கழுத்தை நெரித்துக் கொன்றிருக்கிறார்கள், (தன்னைக் காப்பாற்றிக் கொள்ளும் பாவனையில்) எனக்கும் இதற்கும் எந்த விதமான சம்பந்தமும் இல்லை.

டாக்டர்: யார் இந்தக் காரியத்தைச் செய்தது?

விவசாயி: என் காவலின்போது நான் கண் அயர்ந்திருக்க வேண்டும், ஐயா! மீண்டும் கண்விழித்தபோது நான் இவர் தரையில் கிடப்பதைப் பார்த்தேன்.

டாக்டர்: நீங்கள்தான் இந்தக் காரியத்தைச் செய்திருக்கிறீர்கள்.

இஞ்சினியர்: மன்னிக்க வேண்டும். நான் ஆழ்ந்த தூக்கத்திலிருந்தேன். எந்த விதமான ஓசையும் கேட்கவில்லை.

டாக்டர்: அப்படியானால் நீங்கள்!

வங்கி அதிகாரி: நானா? என்னைப் பார்த்தால் உங்களுக்குக் கொலைகாரன் போலவா தெரிகிறது?

டாக்டர்: நம்மில் யாராவது ஒருவர்தான் இதைச் செய்திருக்க வேண்டும்.

மாணவன்: யார் கொலை செய்தார்கள் என்ற கேள்விக்கு இனி எந்த அர்த்தமும் இல்லை. நாம் ஒவ்வொருவருமே இப்படிச் செய்யலாம் என்று நினைத்திருக்கிறோம். நாம் நம் எண்ணங்களிலேயே இவரைக் கொலைசெய்திருக்கிறோம். அதனால், நம் எல்லோருக்குமே இந்தக் கொலையில் பங்கு உண்டு.

ஹோ. முதலாளி: காவலாளி!

காவலாளி: என்ன ஐயா!

ஹோ. முதலாளி: நீயே வந்து பார்த்துக்கொள்! பிறகு கதவைத் திற!

மாணவன்: பார்க்க வேண்டிய அவசியம் அவனுக்கில்லை. ஆரம்பத்திலிருந்தே இங்கே என்ன நடக்கும் என்பது அவனுக்குத் தெரியும். அவனைப் போன்றவர்களுக்கு அவசரத் தேவைக்கான மாற்று வழிகள் தெரியாது.

கான்ஸல்: கனவான்களே, முதலில் நீங்கள் செல்லுங்கள். உங்களுக்குப் பின்பு நான். சீக்கிரமே கதவு திறக்கப்படும். (காலடி ஓசை.) நிரபராதிகள் வீட்டிற்குப் போகலாம்.

அ. தொழிலாளி: *(கொடூரமான திருப்தியுடன்)* பார்த்தீர்களா? நாம் இப்போது வெளியே போகலாம். நாம் மீண்டும் சுதந்திர மனிதர்கள்.

கான்ஸல்: வேலைக்கேற்ற கூலியை நாம் பெறுகிறோம். அவர்கள் எதிர்பார்த்தபடியே நாம் நம்முடைய கடமையைச் செய்திருக்கிறோம். கொடுக்கப்பட்ட வேண்டுகோளை நிரபராதிகள் சரியாகவே நிறைவேற்றியுள்ளனர். கனவான்களே! நீங்கள் முதலில் போங்கள். உங்களுக்குப் பின் நான். நம் செய்கைக்கு ஆரம்பத்திலேயே பாவமன்னிப்பும் அளிக்கப்பட்டுவிட்டது. அவ்வளவுதான், நாம் மன்னிக்கப்படுகிறோம் என்பதைவிட நமக்கு மேலும் வேறு என்ன கேவலம் நேரப்போகிறது?

காவலாளி: மேஜர் வருகிறார்.

(அமைதி. இரும்புப் படிக்கட்டில் இறங்கி வரும் மேஜரின் காலடி ஓசை.)

மேஜர்: *(ஆக்ரோஷத்துடன்)* உங்களுக்குக் கொடுக்கப்பட்ட வேலையை நீங்கள் சரிவரச் செய்துவிட்டீர்கள் என்று எனக்குத் தெரிகிறது. அதுவும் நீங்களே சிறந்த முறை என்று கருதிய வழியில். உங்களுக்கு என் நன்றி.

ஹோ. முதலாளி: இப்போது என்ன செய்யப்போகிறீர்கள்? நாங்கள் இப்போதாவது வீட்டுக்குச் செல்ல அனுமதி உண்டா?

மேஜர்: அதில் சந்தேகம் என்ன? கவர்னர் எதிர்பார்த்ததை விடச் சிறந்த காரியத்தை நீங்கள் செய்திருக்கிறீர்கள். நீங்கள் இப்போது சுதந்திர மனிதர்கள்... காவலாளி, கதவைத் திறந்துவிடு.

(காவலாளி கதவருகில் சென்று சாவியைத் தேடி எடுத்துப் பூட்டைத் திறக்கிறான். மேஜர் புன்னகையுடன் தலை அசைக்கிறான்.) ●

பகுதி 2

ஒரு பெரிய பங்களாவின் விசாலமான அறை. அங்கிருந்த மேஜை, நாற்காலிகளில் பெரும்பகுதியை இடத் தேவைக்காக அகற்றியிருப்பதுபோல் தோன்றுகிறது. ஒரு மேஜை, ஒரு சாய்வு நாற்காலி, சில நாற்காலிகள் மட்டுமே அங்கிருக்கின்றன. அவற்றின் வேலைப்பாடுகள் உயர்தரத்தையும், விலை மதிப்பையும் வெளிப்படுத்துகின்றன. தேவைக்காக அந்த பங்களா கையகப்படுத்தப்பட்டிருக்கிறது என்பதும் தெரிகிறது.

முதல் அங்கத்தில் இருந்தவர்களில் அச்சகத் தொழிலாளி யையும் டாக்டரையும் தவிர மற்ற எல்லோரும் அந்த அறை யில் இருக்கிறார்கள். அவர்களுடைய தோற்றம், அங்க அசைவு கள், தாழ்ந்த குரலிலான, பொறுமையற்ற உரையாடல்கள் போன்றவை—குறிப்பாக, எதற்காக இதெல்லாம் என்ற கேள் வியை வெளிப்படுத்தும் அவர்களது முகபாவனை—முதல் அங் கத்தின் துவக்கத்தில் இருந்த அதே நிலைமையை வெளிப்படுத்து கின்றன. வெளியில் கார் ஒன்று வந்து நிற்கிறது. அந்த மனி தர்கள் தலைநிமிர்ந்து பார்த்து, பிறகு மௌனமாகிறார்கள். கதவுகள் திறக்கப்படுகின்றன.

ஹோ. முதலாளி: (ஜன்னலுக்கருகிலிருந்து) அதோ! அவர்கள் கடைசியாக அவரையும் அழைத்துவருகிறார்கள்... டாக் டரை...

வங்கி அதிகாரி: அப்படியென்றால் நாம் எட்டுப் பேர் இருக்கிறோம். அப்போது நாம் ஒன்பது பேர் அல்லவா?

ஹோ. முதலாளி: ஒருவரை மட்டும் அவர்களால் அழைத்துவர முடியாது—தன்னைச் சிதைத்துக்கொண்ட அந்தப் பெரி யவரை.

வங்கி அதிகாரி: அப்போது அவரும் நம்முடன் இருந்தவர் தானே!

கான்ஸல்: இங்கு வந்து நம்மை கௌரவிக்கும் நிலையில் அவர் இல்லை என்று நினைக்கிறேன். எனக்குத் தெரிந்தவரை அவர் தற்கொலை செய்துகொண்டார் என்று அறிகிறேன். அவர் இன்று இங்கு வர முடியாது.

ஹோ. முதலாளி: அவர்கள் படியேறி வருகிறார்கள்.

(கதவுப் பக்கம் அவர் திரும்பிப் பார்க்கிறார். எல்லோருமே கதவுப் பக்கம் பார்க்கிறார்கள். சிலர், முன் சென்றும், சிலர் பின்னால் நகர்ந்தும் நிற்கிறார்கள். ஒரு இளம் ராணுவ கேப்டன் டாக்டருடன் வருகிறான். டாக்டரை அறையினுள் முதலில் நுழையவிட்டு உள்ளே வருகிறான்.)

கேப்டன்: இங்கே, உள்ளே வாருங்கள். நீங்கள்தான் கடைசி.

டாக்டர்: என்னிடமிருந்து எதை எதிர்பார்க்கிறீர்கள்? இதெல் லாம் என்ன?

கேப்டன்: பழைய நினைவுகள் மனதுக்கு உகந்தவையாக இல் லாமல் போகும்போது ஞாபகசக்தி இல்லை என்று குறைபடு வது எவருக்குமே இயல்புதான். இந்த முகங்களைப் பாருங் கள். ஞாபகம் வரவில்லை?

(எல்லோருடைய முகங்களையும் டாக்டர் கூர்ந்து பார்க் கிறார்; கான்ஸல் கண்களைச் சிமிட்டிக்கொண்டே தலை தாழ்த்தி வணக்கம் தெரிவிப்பதையும் கவனிக்கிறார்.)

டாக்டர்: ஆமாம்! ஆமாம்! ஞாபகத்துக்கு வருகிறது.

கேப்டன்: அப்படியென்றால் நீங்களும் இங்கு இருக்க வேண்டி யவர்தான். எல்லோரும் ஒன்றுசேர்ந்துவிட்டீர்கள்.

ஹோ. முதலாளி: *(சற்று முன்னே சென்று)* கேப்டன், முன் னெச்சரிக்கையாக நான் இதை ஆட்சேபித்தாக வேண் டும். உங்கள் ராணுவம் என் ஹோட்டலில்தான் முகாமிட்

டிருக்கிறது என்பது உங்களுக்கு நன்றாகத் தெரியும். இப்போது நான் அங்கே கட்டாயம் இருந்தாக வேண்டும்.

கேப்டன்: உங்களுக்கு அந்தக் கவலை வேண்டாம். கவர்னரையும், அவர் ஆட்சியையும் அகற்ற முடிந்த எங்களுக்கு உங்கள் உதவியின்றி ஹோட்டலில் எங்கள் தேவைகளை நாங்களே கவனித்துக்கொள்ளவும் முடியும்.

ஹோ. முதலாளி: உங்கள் கர்னல் என் மனைவியின் அறையில் தங்கியுள்ளார். அவர் என் விருந்தாளி.

கேப்டன்: இங்கு தங்கியிருப்பதை நீங்கள் அவர் விடுத்த பதில் அழைப்பாக எடுத்துக்கொள்ளுங்கள்.

(தூரத்தில் ராணுவ வரவேற்புக்கான துப்பாக்கி ஓசைகள்.)

இஞ்சினியர்: எங்களை இங்கு அழைத்துவந்திருக்கும் காரணத்தை நான் கட்டாயம் தெரிந்துகொள்ள வேண்டும் என்று வற்புறுத்துகிறேன்.

கான்ஸல்: வற்புறுத்தாமலிருப்பது நல்லது நண்பரே! குற்றம் சாட்டுவதற்கான காரணங்களைக் காண்பதில் மட்டும் யாரும் சோடைபோவதில்லை. நானாக இருந்தால் எதிர்பாராத ஒன்று என்னை ஆச்சரியத்தில் ஆழ்த்தும்வரை காத்திருப்பேன்.

கேப்டன்: பேச்சை நிறுத்துங்கள்! நீங்கள் எல்லோரும் இங்கு இருப்பதன் காரணத்தைப் புரிந்துகொள்வது உங்களுக்கு ஒன்றும் கடினமல்ல. ஒருக்கால் **நீங்கள்** மறந்துவிட்டிருந்தாலும் **நாங்கள்** இன்னும் அதை மறந்துவிடவில்லை. பாதிக்கப்பட்டவர்கள் பழைய சம்பவங்களை நினைவுகூர்வதில் தனித் திறமையுடையவர்கள்.

லாரி ஓட்டி: என்னைத்தான் முதலாவதாக இங்கு கொண்டுவந்தார்கள். நடுப்பகலிலிருந்தே இங்கு சும்மா உட்கார்ந்துகொண்டே காலத்தைக் கழித்துவிட்டேன். எங்களுக்குச் சாப்பிடுவதற்கு ஏதாவது கிடைக்குமா?

கேப்டன்: உங்கள் தேவைகளை அங்கிருக்கும் அந்தக் காவலாளியிடம் சொல்லுங்கள். முடிந்தவரை உங்கள் தேவைகள் நிறைவேற்றப்படும். நீங்கள் உங்கள் சௌகரியங்கள் எதையும் விட்டுக்கொடுக்கத் தேவையில்லை.

கான்ஸல்: *சற்று முன்னேற்றம்தான்: வசதிகளை அனுபவிக்கிற, குற்றம்சாட்டப்பட்டவர்கள்.*

(கான்ஸல், நடுவில் உள்ள நாற்காலியில் உட்கார்ந்துகொள்கிறார்.)

வங்கி அதிகாரி: பெட்டகத்தின் சாவி என்னிடம்தான் இருக்கிறது. அதை நான் வங்கியில் ஒப்படைக்க வேண்டும். விசாரணை நீதிபதி எப்போது வருவார்?

கேப்டன்: அவர் கண்டிப்பாக வருவார். கவலை ஏதும் வேண்டாம். எல்லாம் கிரமப்படி நடக்கும். என்னைப் பொறுத்தவரையில் போராட்டம் இன்று முடிவடைந்துவிட்டது. நீதிபதிக்கு இப்போதுதான் வேலை தொடங்கியிருக்கிறது. *(தூரத்தில் ராணுவ வரவேற்புக்கான துப்பாக்கி ஓசை)* அவர் பார்க்க வேண்டியவர்கள் பட்டியலில் நீங்கள் மட்டும்தான் இருப்பதாக நினைக்க வேண்டாம். இந்த வீட்டிலும் இங்கிருந்து நாற்சந்திவரையுள்ள எல்லா வீடுகளிலுமே மக்கள் அவரை எதிர்பார்த்துக்கொண்டிருக்கிறார்கள்.

டாக்டர்: நான் ஒன்று கேட்கலாமா? யார் பெயரால், எதன் பெயரால் அவர் நீதி வழங்க வருகிறார்?

கேப்டன்: வெற்றியடைந்த எங்கள் புரட்சியின் பெயரால்... காலத்தை வீணாக்கும் தேவையற்ற குறுக்கு விசாரணையைத் தவிர்க்க முடிந்தால் இதற்கென்று நியமிக்கப்பட்டுள்ள நீதிபதியின் வேலைச் சுமையை நீங்கள் குறைக்க முடியும். உங்களுக்கும் அது நன்மையாகவே அமையும். நீங்கள் சீக்கிரமே வீடு திரும்பவும் முடியும்—ஆனால், உங்களில் ஒருவரைத் தவிர. குற்றவாளி தானாகவே தன் குற்றத்தை ஒப்புக்

கொண்டால் இப்போதே உங்களை வீட்டுக்கு அனுப்ப எனக்கு உத்தரவிடப்பட்டுள்ளது. இப்போதே!

ஹோ. முதலாளி: *அந்த ஒருவரை என்ன செய்யப்போகிறீர்கள்?*

கேப்டன்: குற்றவாளியைச் செயலிழக்கச் செய்வது மட்டும் எங்களுக்குப் போதாது. தூய்மையை நிலைநாட்டும் கடமையை எங்கள் வெற்றி எங்களுக்குத் தந்திருக்கிறது.

ஹோ. முதலாளி: *அதாவது, அவரைச் சுட்டுக் கொன்றுவிடுவீர்கள்?*

கேப்டன்: எஞ்சியுள்ளவற்றையும் களைந்துவிட விரும்புகிறோம். வேறு ஒன்றுமில்லை. எவனொருவன் புதிய தொடக்கம் ஒன்றைக் கனவு காண்கிறானோ, அதற்காகக் கடைசி வரை எல்லாத் துன்பங்களையும் ஏற்றுக்கொள்கிறானோ, அப்படிப்பட்டவனது கைகள் களையெடுக்கும்போது தடுமாறக் கூடாது.

கான்ஸல்: விந்தையிலும் விந்தை! வெற்றிபெற்ற ஒவ்வொருவனும் களையெடுக்கும் உரிமையைத் தன் கைகளில் எடுத்துக்கொள்கிறான். ஆனால், அவன் அதை எடுத்துக்கொள்ளும் முறையில் தன் குற்றத்திற்குத் திரை போடும் சாதகமான சாட்சியத்தைத் தேடி அலையும் விருப்பமும் உள்ளடங்கியிருக்கிறது.

கேப்டன்: நான் உங்களைக் கேட்கவில்லையே?

கான்ஸல்: உங்களுக்குப் பதில் சொன்னதாகக் கருத வேண்டாம்.

கேப்டன்: நீங்கள் ஏன் இங்கு இருக்கிறீர்கள் என்று உங்களுக்குத் தெரியும். *(சற்றுத் தயக்கத்துடன்)* நான்கு ஆண்டுகளுக்கு முன்பு ஸாஸோன் கொலை செய்யப்பட்டார். எங்களுடைய சிறந்த வீரர்களில் அவரும் ஒருவர். அன்று கவர்னருடைய வீட்டில் அது நடந்தது. உங்கள் அனைவர் முன்னிலையிலும் நடந்தது.

இப்போது குற்றவாளி யார் என்று கண்டுபிடிப்பதற்காக நீங்கள் இங்கு வந்திருக்கிறீர்கள். எங்களுடைய நண்பரைக் கொன்றவன் உங்களிடையே இருக்கிறான். இப்போது உங்கள் ஒவ்வொருவரையும் கொலையாளி என்று கருத வாய்ப்பிருக்கிறது... விசாரணை நீதிபதி எப்போது வருவார் என்று எனக்குத் தெரியாது. அவர் கண்டிப்பாக வருவார். ஒருக்கால் அதற்கு முன்னதாகவே குற்றவாளி குற்றத்தை ஒப்புக்கொண்டால் வெளியில் நிற்கும் காவல்காரன் எனக்குத் தெரிவிப்பான்.

(கேப்டன் கதவை நோக்கிச் சென்று பிறகு யாரிடமும் விடைபெற்றுக்கொள்ளாமல் வெளியேறுகிறான். கைதிகள் தங்களுடைய எதிர்பார்ப்பினால் உறைந்த நிலையிலிருந்து விடுபட்டு ஒருவர் முகத்தை ஒருவர் பார்த்துக்கொள்கின்றனர். சிலர் உட்கார்ந்துகொள்கின்றனர்.)

டாக்டர்: *(ஆர்வம் ஏதும் இன்றி, ஆட்சேபிக்கும் தொனியில்)* இது அர்த்தமற்றது. எங்குமே கேள்விப்படாதது. நான்கு ஆண்டுகளுக்கு முன்பு நடந்ததை இன்று நாம் எப்படித் தெளிவுபடுத்த முடியும்? யாருக்கு எல்லாமே ஞாபகத்தில் இருக்கும்? யாருக்கு எல்லாமே தெரிந்திருக்க முடியும்?

ஹோ. முதலாளி: *(ஆத்திரத்துடன்)* நாம் எந்த விதமான பதிலையும் கூறக் கூடாது. முடிவாகச் சொல்லப்போனால் அன்று நடந்தவை எல்லாமே தற்செயலாக நடந்த நிகழ்ச்சிகள். தற்செயலாகக் காவல் துறையினரின் பார்வை நம்மீது பட்டது. தற்செயலாகத்தான் கவர்னர் நம்மையெல்லாம் அந்தக் கொலைகாரத் தீவிரவாதியுடன் ஒன்றாகக் காவலில் வைத்தார். *(பேசுவதை நிறுத்தி)* கான்ஸல், நீங்கள் ஏன் அப்படிப் பார்க்கிறீர்கள்?

கான்ஸல்: ஒன்றைத் தெரிந்துகொள்ள ஆசைப்படுகிறேன். அன்று நாம் காவலிலிருந்து வெளியேறியதையும், அந்த

இளைஞன் இறந்து கிடந்ததையும் தற்செயலாக நடந்தவை என்று கருதுகிறீர்களா?

ஹோ. முதலாளி: *(கோபத்துடன்)* நீங்கள் என்ன சொல்ல வருகிறீர்கள்?

கான்ஸல்: எப்போதுமே ஏதோ ஒரு கட்டத்தில் ஒரு திட்டம் உருவாகும் என்று சொல்கிறேன்.

இஞ்சினியர்: இன்றைய நம் நிலை எனக்கு என்னவோ முன்பு நாம் அனுபவித்திருந்த நிலையை நினைவூட்டுகிறது. வெளித் தோற்றத்தில்தான் மாறுதல்கள்: பங்களா, உட்கார இருக்கைகள், சௌகரியமாகச் சாய்ந்து உட்கார ஒரு இருக்கை கூட—ஆனால், அடிப்படையில் பார்த்தால் அன்றையக் காவல் அறையில் இருந்தது போலத்தான் இன்றும். எல்லாம் முன்பு ஒருமுறை நடந்தது போலத்தான்.

வங்கி அதிகாரி: அன்று போலவே இன்றும் நாம் எந்தப் பதிலும் சொல்லக் கூடாது என்பதே என் கருத்தும்கூட.

கான்ஸல்: இன்று நாம் இருக்கும் நிலையில் எவன் ஒருவன் மௌனம் சாதிக்கிறானோ அவன் தன்னைத் தானே நம்ப வில்லை என்பதுதான் பொருள்.

வங்கி அதிகாரி: நாம் எல்லோரும் குற்றவுணர்வு உள்ளவர்கள் என்று சொல்ல வருகிறீர்களா?

விவசாயி: என் காவல் நேரத்தில்தான் அது நடந்துவிட்டது, ஐயா! ஒவ்வொருவரும் சுதந்திரமாக வெளியே செல்ல அன்று விரும்பினார்கள். வேறு யாராவது அந்தக் கொடிய காரியத்தைச் செய்துவிடுவார்களோ என்று ஒவ்வொருவரும் பயந்தார்கள். அவர் உயிரைப் பாதுகாக்க வேண்டும் என்று நாம் எல்லோரும் ஒன்றாகத்தானே முடிவு எடுத்தோம். என் காவல் நேரத்தில் நான் அசந்து தூங்கியிருக்க வேண்டும். நான் விழித்தெழுந்தபோது காரியம் முடிந்து விட்டது. அது என் குற்றம்தான்.

மாணவன்: அதை நீ செய்யவில்லை. நீ என் பக்கத்தில் படுத்திருந்தாய். நீ எழுந்து செல்ல எத்தனித்திருந்தால் நான் அதைக் கண்டிப்பாகக் கவனித்திருப்பேன். நாம் எல்லோரும் ஒன்றுசேர்ந்து அன்று நிகழ்ந்ததைச் சரியாக நினைவு கூர முயல வேண்டும்.

டாக்டர்: அது எப்படி நிகழ்ந்தது என்பதை நாம் அன்றே அறிந்துகொள்ள முடியவில்லை. நான்கு ஆண்டுகளுக்குப் பிறகு, இன்று, எப்படி அது சாத்தியமாகும்? அது நம் சக்திக்கு மீறியது.

விவசாயி: நான்தான் குற்றவாளி. என்னுடைய காவல் நேரத்தில்தான் அது நடந்தது என்று நான் விசாரணை நீதிபதியிடம் சொல்லுகிறேன்.

லாரி ஓட்டி: என்னைத்தான் முதலாவதாக இங்கு கொண்டு வந்தார்கள். அதனால் முதலில் நான் ஒன்று சொல்ல அனுமதியுங்கள்: அன்று அந்தப் பயல் நம் முன்னிலையில் காவல் அறையில் மரணமடைந்தான். வருந்துவதற்குரிய விஷயந்தான். போலீஸ் எப்படி அவனை அடித்துச் சித்திரவதை செய்தார்கள் என்று அவனே நம்மிடம் அன்று கூறினான். ஒருக்கால் போலீஸ் சித்திரவதையின் விளைவாக அவன் இறந்திருக்கலாம்.

கான்ஸல்: அதைவிட, அவனைச் சொல்ல வைக்க நீங்கள் கொடுத்த உதையின் விளைவாகவும் இருக்கலாம்.

வங்கி அதிகாரி: உண்மைதான். அவன் கீழே விழும்வரை அடித்தீர்கள். கேள்விகள் சாதிக்க முடியாததை உங்கள் கைகள் சாதிக்க முடியும் என்று எண்ணினீர்கள்.

ஹோ. முதலாளி: அவனுடைய பின்மண்டை இரு முறை சுவரில் மோதியதை நான் பார்த்தேன். அவன் தன்னைத் தற்காத்துக்கொள்ளக்கூட முடியாத நிலையிலிருந்தான். அதன் பின் அவனுக்குச் சுயநினைவு திரும்பவேயில்லை.

(சந்தேகப் பார்வையுடன் லாரி ஓட்டி பின்நகர்ந்து மற்றவர்களைப் பயத்துடன் பார்த்து, பின்பு அச்சுறுத்தும் தொனியில்,)

லாரி ஓட்டி: என்ன திட்டம் போடுகிறீர்கள் நீங்கள்? யாரோ ஒருவரைக் குற்றவாளி என்று நீங்களே தீர்மானிக்க விரும்புகிறீர்களா? ஒருக்கால் நான்தான் கொலைகாரன் என்று தீர்மானிக்க விரும்புகிறீர்களா? உங்கள் முயற்சி தோற்றுப் போகும்... ஆமாம்! நான் அவனை அடித்தேன். ஆனால், உங்களுக்காகத்தான் அதைச் செய்தேன். அப்போது நீங்கள் பக்கத்தில் நின்றுகொண்டிருந்தீர்கள். அன்று அவன் உதை பட்டது உங்களுக்கும் சம்மதமாயிருந்தது. அது உண்மை தானே? இன்று பழியை என்மீது சுமத்தப்பார்க்கிறீர்கள்.

ஹோ. முதலாளி: நீங்கள் கொடுத்த அடிகளின் விளைவாகவும் இருக்க முடியும் அல்லவா? அதாவது அவன் பின்மண்டை....

மாணவன்: அவர் கழுத்து நெரித்துக் கொல்லப்பட்டிருக்கிறார்.

(மாணவன் தன்னந்தனியாக நிற்க மற்றவர்கள் ஒன்றாக அவனைப் பார்க்கிறார்கள். மௌனம்.)

வங்கி அதிகாரி: உங்களுக்கு எப்படித் தெரியும்?

மாணவன்: டாக்டர்! நீங்களே அதை விளக்கிச் சொல்லுங்கள்!

டாக்டர்: நெரித்துக் கொன்றதற்கான அடையாளங்கள் அவர் கழுத்தில் காணப்பட்டன. அவர் வாங்கிய அடிகளுக்கும் அவர் சாவுக்கும் எந்த விதத் தொடர்பும் இல்லை.

மாணவன்: எனவே, ஸாஸோனின் கழுத்தில் கைவைத்தவர் தான் கொலையாளி என்பது நிச்சயமாகிறது. அக்கொலையாளி இப்போது நம்மிடையே இருக்கிறார்.

(சிகரெட் டப்பாவைத் திருகி, ஒரு சிகரெட் வெளியே வந்ததும் அதை எடுத்துப் பற்றவைத்துக்கொள்கிறார் கான்ஸல்.)

கான்ஸல்: ''நம்மிடையே இருக்கிறார்'' என்று சொல்வதில் என்ன அர்த்தமிருக்கிறது? நாம் எல்லோருமே கொலைகாரர்

கள் அல்லது எல்லோருமே நிரபராதிகள். கொலையாளி இன்றிக் கொலை செய்யப்பட்டவன் இல்லை என்பதால் நம்மில் ஒவ்வொருவருமே கொலையாளியாக இருக்க வாய்ப்பிருக்கிறது. கொலை செய்த பிறகு கொலையாளியின் உடலின் நிறம் கறுப்பாக மாறிவிடுமானால் எவ்வளவு உதவியாக இருக்கும்! கொலை செய்வதனால் நம்மிடம் ஏற்படும் மாறுதல்களைவிடக் குறுகிய பயணத்தின் போது காலநிலை வேறுபாடுகள் உடலில் ஏற்படுத்தும் நிற மாறுதல்கள் அதிசயிக்கத்தக்க விதத்தில் அதிகமானவை. இதிலிருந்து மனிதனைப் பற்றி எந்த முடிவுக்கு நாம் வர முடியும்?

ஹோ. முதலாளி: நீங்கள் மறுபடியும் பிதற்றத் தொடங்கிவிட்டீர்கள், கான்ஸல்!

கான்ஸல்: நாம் அறிய ஆசைப்படும் அளவுக்கு நம்மால் அறிய முடியாமல் போகும்போது நமக்குப் பிதற்றுவதைத் தவிர வேறு வழியில்லை.

இஞ்சினியர்: விசாரணை நீதிபதி சீக்கிரமாக வந்தால் இந்தக் கதைக்கு ஒரு நிரந்தர முடிவு காண முடியும். எல்லாம் சரி வர முடிவுகட்டப்பட்டு என் வாழ்நாளில் எஞ்சியுள்ள காலத்தில் அவர்கள் மேலும் என்னைத் தொந்தரவு செய்யாமல் இருக்க வேண்டும் என்று நான் ஆசைப்படுகிறேன்.

மாணவன்: மன்னிக்க வேண்டும்! பாதுகாப்பற்றவர்கள் துன்புறுத்தப்படும்வரை, குற்றவாளிகள் சுதந்திரமாக நடமாடும் வரை நீங்கள் நிம்மதியாக இருக்க முடியும் என்று எப்படி ஆசைப்பட முடியும்? பாதுகாப்பற்றவர்களைப் பற்றிய அக்கறை நம்மிடம் இல்லாதபோது அவர்களுக்கு எப்படி நியாயம் கிடைக்கும்?

(மிகுந்த கோபத்துடன் மாணவனின் சட்டைக் காலரைப் பிடித்துத் தன் பக்கமாக இழுக்கிறார் இஞ்சினியர்.)

இஞ்சினியர்: நான் சொல்வதைக் கவனமாகக் கேளடா, பொடிப் பயலே! உன் பேச்சும் நடத்தையும் எனக்குக் கொஞ்சம்கூடப் பிடிக்கவில்லை. கோழைப் பயலே! உன்னை முதலில் பார்த்ததிலிருந்தே எனக்கு உன்னைப் பிடிக்கவில்லை. உண்மையில் நீ யார் என்று சொல். நீ ஒரு ஆண்பிள்ளையா? பயமாக இருந்தால் கக்கூசுக்குப் போ!

மாணவன்: நாம் பயப்பட வேண்டும் என்றால் எதனுடனுமே தங்களுக்குச் சம்பந்தம் இல்லை என்று சொல்லும் மனிதர்களைக் கண்டுதான் பயப்பட வேண்டும். தன் எதிரி யார் என்று ஒருவன் தீர்மானித்துக்கொள்ள முடியும். அதன் மூலம் அவனிடம் எந்த விதமான தொடர்பு தேவை என்பதையும் புரிந்துகொள்ள முடியும். எதிரி என்பதால் அவனை நம்ப முடியும். என் எதிரிகளைப் பார்த்து நான் பயப்பட வில்லை. ஒரு கொள்கையைத் தங்கள் சொந்தக் கொள்கை யாக ஏற்றுக்கொள்ள முடியாமல் தடுமாறும் மனிதர்களைக் கண்டுதான் நான் பயப்படுகிறேன்.

ஹோ. முதலாளி: நீங்கள் எந்தச் செயலைக் குறிப்பிடுகிறீர்கள்?

மாணவன்: ஒரு குற்றம்.

இஞ்சினியர்: (கடுங்கோபத்துடன்) வாயை மூடு! நீ மேலும் இப்படியே பேசிக்கொண்டு போவதை நிறுத்த முடியாது என்றால் நீதிபதிக்கு இரட்டிப்பு வேலை வைக்கப்போகி றாய். உன் அறிவுரைகள் உன்னுடனேயே இருக்கட்டும்.

வங்கி அதிகாரி: நாம் எல்லோரும் ஆட்சேபணை தெரிவிக்க வேண்டும். அன்று நடந்த சம்பவத்தைப் பற்றி இன்று இந்த நீதிபதியால் எந்த விதமான முடிவும் எடுக்க முடியாது. நிலைமைகள் ஒரே மாதிரியாக இல்லை. கவர்னர், அன்று நம் எல்லோரையும் கொலைகாரனோடு ஒரே அறையில் பூட்டிவைத்தபோது நாம் ஒன்பது பேர். அந்த மனிதன் மரணம் அடைந்தபோது அந்த ஒன்பது பேருமே அங்கு

இருந்தோம். நாம் ஒவ்வொருவருமே அவனைக் கொலை செய்திருக்க முடியும் என்றால், இன்று நம்மிடையே இல்லாத அச்சகத் தொழிலாளி ஏன் அந்தக் கொலையைச் செய்திருக்க முடியாது? அவர் தற்கொலை செய்துகொண்டார் என்றாலும் அவர் குற்றவாளி இல்லை என்று ஆகிவிடுமா என்ன?

ஹோ. முதலாளி: நானும் அப்படித்தான் நினைக்கிறேன். நீதிபதியால் எந்த விதமான நியாயமான முடிவையும் எடுக்க முடியாது.

டாக்டர்: ஏன் அவர் தற்கொலை செய்துகொண்டார் என்று நான் தெரிந்துகொள்ள ஆவலாயிருக்கிறேன். ஒருக்கால், காவல் அறையில் நடந்த கொலைக்கும் அவருடைய தற்கொலைக்கும் ஏதாவது தொடர்பு இருக்க வேண்டும்.

வங்கி அதிகாரி: அவர் ஒரு மூலையில் எப்படிப் படுத்திருந்தார் என்பது என் நினைவிற்கு வருகிறது. அவர் ஒரு வார்த்தை கூடப் பேசவில்லை. எல்லோரையும் காப்பாற்றக்கூடிய வாக்கியத்தைச் சொல்லக்கூடிய வல்லமை பெற்றிருந்த ஸாஸோனை அவர் காழ்ப்பு உணர்ச்சியுடன் வெறித்துப் பார்த்துக்கொண்டிருந்தார். காவல் அறையிலிருந்து எப்படியாவது வெளியேற வேண்டும் என்ற எண்ணம் நம்மைவிட அவரிடம்தான் தீவிரமாக இருந்தது. அவர் ஏன் அந்தக் காரியத்தைச் செய்திருக்கக் கூடாது?

ஹோ. முதலாளி: உண்மைதான். அவர் ஏன் அந்தக் கொலையைச் செய்திருக்கக் கூடாது?

வங்கி அதிகாரி: அவர்தான் கொலையாளி என்றால் நாம் இங்கு காவலில் வைக்கப்பட்டுள்ளது அநியாயமாகும். நம் புதிய ஆட்சியாளர்களுக்கு நாம் அதையும் புரிய வைக்க வேண்டும்.

விவசாயி: அவர் செய்யவில்லை ஐயா! அந்த அச்சகத் தொழிலாளி செய்யவில்லை. எனக்குத் தெரியும். அவர் அதைச்

செய்திருக்க முடியாது. ஏனென்றால் அவர் கத்தியால் தன் இரண்டு விரல்களைத் துண்டித்துக்கொண்டுவிட்டார். எப்படியாவது வெளியேற வேண்டும் என்பதற்காக அவர் அப்படிச் செய்தார். அவரது கை பயன்படுத்தக்கூடிய நிலையில் இல்லை.

(மௌனம்)

டாக்டர்: அவர் சொல்வது உண்மைதான். அவரது கை பயன் படுத்தக்கூடிய நிலையில் இல்லை.

ஹோ. முதலாளி: நீங்கள் சொல்வது எதுவும் நம் நிலையில் எந்த விதமான மாற்றத்தையும் ஏற்படுத்திவிடாது. அன்று நடந்த கொலைக்கு நாம் பொறுப்பு ஏற்க முடியாது. அன்று நடந்தது எல்லாமே கட்டாயத்தின் பேரில் நடந்தது. எல்லாமே கவர்னரின் திட்டப்படி நடந்தது. அவர்தான் ஆணையிட்டார்.

கான்ஸல்: அப்பழுக்கற்ற வாதம். இது நமது காலத்தின் சிறப் பான குணம்: ஆணைக்குப் பணிந்து கொலை புரிதல். எவன், ஆணைக்குப் பணிந்து கொலை செய்கிறானோ அவன் குறைந்த தண்டனையையே எதிர்பார்க்கிறான். என்ன அருமையான மனப்பான்மை! பேராசையாலோ உணர்ச்சி வேகத்தாலோ கொலை செய்துவிடுகிறவனைப் புரிந்து கொள்ள விரும்பாத இந்த மனப்பான்மை, இந்த ஆணைக் குப் பணிந்து கொலை செய்பவனை விடுதலை செய்து விடுகிறது.

ஹோ. முதலாளி: உங்கள் வாதத்தை நான் கடுமையாக ஆட் சேபிக்கிறேன், கான்ஸல். நாமாகவே சுதந்திரமாக எல்லா வற்றையும் ஏற்றுச் செயல்பட்டோம் என்று கூற விரும்பு கிறீர்களா என்ன? கவர்னர்தான் ஆணையிட்டார் என் பது எனக்கும் உங்களுக்கும் நன்றாகவே தெரியுமே!

மாணவன்: ஆனால், அவர் தானாகவே வந்து அந்தக் கொலையைச் செய்யவில்லையே. ஸாஸோன் கொலை செய்யப்பட்ட அந்தத் தருணம் நமக்கு மட்டுமே சொந்தமானது.

(வங்கி அதிகாரி இருவருக்கும் நடுவில் சென்று நிற்கிறார்.)

வங்கி அதிகாரி: நாம் ஒவ்வொருவரும் இப்போது மற்றவரை விரோத பாவத்துடனும், சந்தேகக் கண்களுடனும் பார்க்கும் அவல நிலைக்கு வந்துவிட்டது எனக்கு மிகவும் அவமானமாக இருக்கிறது. நாம் எல்லோரும் ஒருமனதாகச் செயல்பட வேண்டிய அவசியம் இருக்கிறது. எந்த விதமான ஆபத்தில் நாம் இருக்கிறோம் என்பது நம் ஒவ்வொருவருக்கும் தெரியும். நம்மிடையே உள்ள குற்றவாளி யார் என்று கண்டுபிடிக்க முடியாமல் போனால், என்ன ஆகும்? விசாரணை நீதிபதி உண்மையை அறிய முடியாவிட்டால், என்ன நடக்கும்? நம்மில் ஒருவருக்கு அவர் வலைவீசிக் கொண்டிருக்கிறார்.

கான்ஸல்: இப்படிப்பட்ட சிக்கல்களை எப்படித் தீர்ப்பது என்பதற்கு, ஏற்கனவே பல முன்னுதாரணங்கள் இருக்கின்றன. தவறாமல் கடமையை நிறைவேற்றுவதற்காக வருத்தம் தோய்ந்த முகத்துடன் நீதிபதி நம் எல்லோருக்குமே மரண தண்டனை கொடுக்கலாம். அப்படி அவர் முடிவுக்கு வரும் போது, ஒரு கணம், அவர் தன் செயலிலிருக்கிற அநீதியை உணர்ந்தாலும், மரணம் அடைந்த தோழர் ஒருவருக்கு நீதி வழங்குகிறோம் என்ற எண்ணம் அவருடைய அந்த ஒரு கண சந்தேகத்தையும் நீக்கிவிடும். நம் எல்லோருக்கும் மரண தண்டனை அளிப்பதன் மூலம் உண்மையான குற்றவாளியும் எப்படியும் தண்டனை பெற்றுவிடுகிறான் என்று, தர்க்கம் அவருக்குப் பாடம் போதிக்கும்.

வங்கி அதிகாரி: என்ன செய்வது என்று தெரியாத நிலையில் இப்படியே இங்கு உட்கார்ந்துகொண்டு நீதிபதியை எதிர்

பார்த்துக்கொண்டிருக்க முடியாது. அவர் எப்போது வரு வார் என்று யாருக்குத் தெரியும்?

கான்ஸல்: எனக்கு அதைப் பற்றியும் கவலையாக இருக்கிறது. நீதிபதியை வரவேற்பதற்கான தருணத்தை நாமாகவே நிர் ணயிக்கும் உரிமைகூட நமக்கு இல்லையே என்பது எனக் குக் கவலை தருகிறது. எனினும் அது அப்படித்தான் அன் றும் இன்றும் எப்போதும். ஏனென்றால், குற்றம்சாட்டப் பட்டவர்கள் நிகழ்காலத்தில் வாழ்கின்றனர். ஆனால், நீதி கொண்டுவரும் நீதிபதியோ வருங்காலத்தைச் சேர்ந்தவர்.

லாரி ஓட்டி: உங்களுக்கு எல்லாமே வேடிக்கையாக இருக்கிறது இல்லையா!

கான்ஸல்: ஓரளவுக்குத்தான், நண்பரே! எப்படிப் பார்த்தாலும் வேடிக்கையின் அடித்தளத்தில் ஏதாவது ஒரு துரதிர்ஷ்டம் இருக்கத்தான் செய்யும்.

வங்கி அதிகாரி: நீதிபதி இன்று வராமலே இருந்துவிட்டால்?

கான்ஸல்: ஒரு நீதிபதி தன் நடத்தைக்கு எந்த விதமான விளக்க மும் கொடுக்க வேண்டிய அவசியமில்லை. அவருக்கும் நமக் கும் இதுதான் வேறுபாடு.

இஞ்சினியர்: என்ன இழவு! ஏதாவது நடந்தாக வேண்டுமே! நாளை அல்லது நாளை மறுநாள் அல்லது ஒருவேளை அடுத்த வாரத்தில்கூட வரலாமென்று அவர் நினைத்தால்...

கான்ஸல்: அப்படியே நடப்பதற்கும் வாய்ப்பிருக்கிறது. ஒரு கொள்கை வெற்றி அடைந்த பின் ஓய்வு ஒழிவு இன்றி வேலை செய்ய வேண்டியவர்கள் நூலகர்களும் நீதிபதி களும்தான். ஒவ்வொரு கொள்கையும் புதிய உலக வரலாற் றைப் படைக்க விரும்புவதால், அவர்களுக்கு நிறைய வேலையிருக்கும். எனவேதான், அதற்கு முந்தைய காலத் திய நிகழ்ச்சிகளுக்கான தடயங்கள் எல்லாவற்றையுமே அது முரட்டுத்தனமாக அழிக்கிறது. கவர்னர் தன்னுடைய தீவிர

வாதச் சித்தாந்தத்தைப் பற்றிய கூட்டங்களுக்கு, நீதிபதி யாகக்கூடிய வாய்ப்புப் பெற்றிருந்த பலரை அழைத்திருந் தார் என்பது எனக்கு இப்போது நினைவுக்கு வருகிறது— எந்தச் சித்தாந்தத்தின் பெயரால் அவர்கள், பிறகு நீதி வழங்க வேண்டுமோ அந்தச் சித்தாந்தத்தை ஆரம்பத்திலிருந்தே அவர்கள் தெரிந்துகொள்ள வேண்டும் என்பது கவர்னரின் விருப்பம்.

இஞ்சினியர்: போதும்! வாயை மூடுங்கள்!

கான்ஸல்: ரொம்ப சந்தோஷம். ஆனால், நான் சொல்ல வந்த கடைசி வாக்கியத்தையும் சொல்லிவிடுகிறேன்: கேப்டன் நமக்குக் கூறியவற்றை மட்டும் இப்போது உங்களுக்கு நினைவுபடுத்த விரும்புகிறேன். வேலைப் பளுவால் அவதிப்படும் நீதிபதியின் வேலையை ஓரளவுக்குக் குறைப்பது நம் கையில்தான் உள்ளது என்று நம்மிடம் சொன்னார். குற்றவாளி தானாகவே ஒப்புக்கொண்டால் நாம் இவ் விடத்தை விட்டு உடனே வெளியேறலாம் என்றும் நமக் குச் சொல்லப்பட்டது. குற்றவாளி ஒப்புக்கொள்ள முன் வராததால், குற்றவாளியைக் கண்டுபிடிக்கும் முயற்சியை யாவது நாம் துவக்கலாமே?

ஹோ. முதலாளி: (கடுங்கோபத்துடன்) நீங்களே உங்களைக் கேலிக்குள்ளாக்கிக்கொள்ளாதீர்கள், கான்ஸல்!

கான்ஸல்: ஏன் கூடாது? கேலிக்கூத்து என்ற முகமூடியின் மூலம் தான் உண்மையைக் கூற முடியும் என்றால், அந்த முக மூடியை அணிய நான் தயங்க மாட்டேன்.

ஹோ. முதலாளி: குற்றவாளியை எப்படிக் கண்டுபிடிக்கலாம் என்று நீங்கள் நினைக்கிறீர்கள்? நாமெல்லோரும் ஒருவரை ஒருவர் விசாரணை செய்யலாம் என்கிறீர்களா?

லாரி ஓட்டி: இந்த ஆலோசனை அப்படி ஒன்றும் மோசமான தல்ல. இந்த ஆலோசனை கூறியவரிடமே நாம் முதலில் விசாரணையைத் தொடங்கலாம்.

(கான்ஸல் தன்னைச் சுற்றிலும் உள்ளவர்களைப் பார்க்கிறார். பிறகு ஒரு நாற்காலியை அந்த அறையின் மத்தியில் இழுத்துப்போட்டு, மற்றவர்களை ஆச்சரியத்தில் மூழ்கடிக்கும் வகையில் அதில் அமர்கிறார். பிறகு எதிர்பார்ப்புடன் மற்றவர்களைப் பார்க்கிறார்.)

வங்கி அதிகாரி: இது சிறுபிள்ளைத்தனம்.

ஹோ. முதலாளி: சற்றுப் பொறுங்கள்! *(தயக்கத்துடன்)* எனக்கு இப்போது நினைவுக்கு வருகிறது. கொலைசெய்ய முயன்ற அந்த மனிதன் அன்று அங்கிருந்த ஒரே கட்டிலில் படுத்திருந்தான். அறையில் வெளிச்சம் கொஞ்சமும் இல்லை என்றே சொல்லலாம். எந்தப் பாவமும் அறியாத நிரபராதிகளுக்காகக்கூடத் தன் கொள்கைப் பிடிப்பை விட்டுக்கொடுக்க அந்தப் பயல் ஸாஸோன் தயாராக இல்லை என்பதை நன்றாகவே நாம் உணர்ந்திருந்தோம். அவனுடைய வீண் பிடிவாதத்தின் கைதிகளாக நாம் இருக்க வேண்டும் என்ற நிலையை வேறு வழி இல்லாமல் நாம் ஏற்றுக்கொண்டதன் மூலம் நாம் மௌனிகளாக இருந்தோம். அந்த மனிதன் கொலை செய்யப்பட்டுவிட்டான் என்பதை நாம் அறிந்து கொள்வதற்குச் சற்று முன்பாக ஒரு மெல்லிய குரலில் யாரோ ஒருவர் பேசினார். என்னுடைய அசதியான நிலையிலும் இந்த மெல்லிய குரலை நான் கேட்டேன். ஏதோ ரகசிய ஒப்பந்தத்திற்கான பேச்சுப்போல் தொனித்தது. அந்தக் குரல் உங்களுடையதுதான் கான்ஸல்.

கான்ஸல்: என் குரலா?

ஹோ. முதலாளி: யாருடன் அப்படி மெல்லிய குரலில் பேசிக் கொண்டிருந்தீர்கள்?

கான்ஸல்: யாருடன்?

ஹோ. முதலாளி: உங்களுடைய ரகசிய ஒப்பந்தம் எதைப் பற்றியது என்று சொல்ல முடியுமா?

கான்ஸல்: மன்னிக்க வேண்டும். என் ஞாபகசக்தி, பதிவுப் புத்தகம் அல்ல என்பது எனக்கு வருத்தத்தைத் தருகிறது. மேலும், அது நடந்து நான்கு ஆண்டுகளுக்கு மேல் ஆகிறது.

(ஹோட்டல் முதலாளி கான்ஸலை நோக்கிச் செல்கிறார். பிறகு அவருடைய நாற்காலியின் அருகில் நிற்கிறார். சில சமயம் அவருக்குப் பின்புறமாகவும் நிற்கிறார்.)

ஹோ. முதலாளி: நீங்கள் அன்று மெல்லிய குரலில் நடத்திய ரகசியப் பேச்சு—அதற்குச் சற்றுப் பின்னர் கட்டிலில் பிணமாகக் கிடந்தானே, அவனைப் பற்றியதுதானே?

கான்ஸல்: அன்று நிகழ்ந்ததெல்லாமே அவனைப் பற்றியது தானே? ஏனென்றால் நம் விடுதலை அவன், பெயர்களை வெளியிடுவதைப் பொறுத்தே இருந்தது.

(மற்றவர்களும் அருகில் வருகிறார்கள்.)

இஞ்சினியர்: யாருடன் ரகசியமாகப் பேசினீர்கள் என்பது இன்னுமா உங்களுக்கு நினைவுக்கு வரவில்லை?

லாரி ஓட்டி: இப்படிப்பட்ட விஷயங்களை யாரும் மறந்து விடுவதில்லை.

இஞ்சினியர்: இப்போது எனக்கு ஞாபகம் வருகிறது. அன்று சொந்த அபிப்பிராயம் ஏதும் இல்லை என்று சொன்ன ஒரே ஒருவர் நீங்கள்தான். நீங்கள் அவனுக்கு எதிராகவும் இல்லை; ஆதரவாகவும் இல்லை. கான்ஸல்! கட்டிலில் கிடந்த அந்த மனிதனைப் பற்றியா நீங்கள் பேசினீர்கள்?

கான்ஸல்: இருக்கலாம்.

ஹோ. முதலாளி: ஒருக்கால் யார் அவனைக் கொலை செய்வது என்று அந்த ரகசியப் பேச்சில் முடிவெடுத்தீர்களா? நீங்களே அப்படிச் செய்ய முன்வந்தீர்களா?

கான்ஸல்: என்னுடைய நடவடிக்கைகள் எல்லாமே ஏதோ ஒரு அக்கறையால் தூண்டப்பட்டன என்பதைச் சொல்லிக்

கொள்ள விரும்புகிறேன். ஆனால், அந்த மனிதனைக் கொல்லும் அளவுக்கான அக்கறை அன்று என்னிடம் இருக்கவில்லை.

ஹோ. முதலாளி: நீங்கள் சொன்னதில் நான் ஒரு திருத்தம் செய்ய வேண்டும். காவலில் இருந்தபோது உங்களுக்குப் போதையூட்டும் ஊசிமருந்து போட்டுக்கொள்ள வாய்ப்பு இல்லாமல் இருந்தது. என் ஹோட்டலில் ஊசிமருந்தின் புதிய பார்சல் ஒன்று உங்களுக்காகக் காத்திருந்தது என்பது உங்களுக்குத் தெரியும். காவலறையை நோக்கி வரும் வழியிலேயே நீங்கள் என்னிடம் அதுபற்றிக் கேட்டுத் தெரிந்து கொண்டீர்கள். உங்கள் முன்கையைச் சற்று எங்களுக்குக் காட்டுங்கள்.

கான்ஸல்: பார்த்துப் பாராட்டுகிற மாதிரி அதில் ஒன்றும் இல்லை.

ஹோ. முதலாளி: சட்டைக் கையை மேலே இழுத்துவிடுங்கள்!

(கான்ஸல் கோட்டைக் கழற்றி வைத்துவிட்டுச் சட்டைக் கையை மேலே சுருட்டிவிட்டுக்கொண்டு ஏளனம் கலந்த வருத்தத்துடன் ஆடாமல் அசையாமல் நிற்கிறார்.)

ஹோ. முதலாளி: நண்பர்களே! ஊசி குத்திய இந்தத் தடங்களை—இந்தச் சிறு சிவப்புப் புள்ளிகளைக் கவனியுங்கள். இவர் ஒரு நோயாளி. நோய்க்கு அடிமைப்பட்டிருக்கும் இவர், தான் செய்யும் காரியங்களுக்குப் பொறுப்பேற்க முடியாது.

(மற்றவர்களிடையே ஒரு வித சலனம். ஆச்சரியம். அவரை உன்னிப்பாகக் கவனிக்கிறார்கள்.)

லாரி ஓட்டி: அதனால்தான்...

வங்கி அதிகாரி: எனக்கு இந்த விஷயம் எப்படித் தெரியாமல் போயிற்று?

ஹோ. முதலாளி: *(ஏளனமாக)* இப்போதாவது நினைவுபடுத்திப்பாருங்களேன். சொல்லுங்கள்... இப்படித்தானே இருக்க வேண்டும்? உங்களுக்கு ஊசிமருந்து மிகவும் தேவையாக இருந்தது. உங்களுக்கு உதவிபுரிய முன்வந்த ஒருவருடன் சேர்ந்து நீங்கள் மெல்லிய குரலில் ஒரு முடிவுக்கு வந்தீர்கள். அதன் பின்னர் உங்களில் ஒருவர் அவனைக் கொன்றுவிட்டீர்கள்.

கான்ஸல்: நாம் எல்லோரும் குற்றவாளியாக இருப்பதைவிட விசாரணை நீதிபதிகளாக இருப்பதற்கு மிகவும் தகுதியுள்ளவர்கள் என்பதை உறுதிப்படுத்திவிட்டீர்கள், நண்பரே. எனினும் உங்களுடைய வாதத்தை நான் உடைத்தேயாக வேண்டும். இப்போதுதான் எனக்கு ஞாபகத்திற்கு வருகிறது. கொலை செய்ய முயன்ற ஸாஸோனை எவ்வாறு காவல் புரிவது என்பதைப் பற்றித்தான் அன்று நாங்கள் மெல்லிய குரலில் விவாதித்து முடிவெடுத்தோம். அவனை நம்மிடமிருந்தே பாதுகாக்க வேண்டும் என்று நினைத்தோம். எனவேதான் எங்களில் யார் யாருக்கு எப்போது காவல்முறை என்பதையும் தீர்மானித்தோம்.

இஞ்சினியர்: அந்தக் கொலை செய்ய முயன்றவனை நீங்கள் காக்க விரும்பினீர்கள் என்றெல்லாம் கதை சொல்ல வேண்டாம். எண்ணிப்பார்க்கவே ஆச்சரியமாக இருக்கிறது. அவனை நாம் அடித்து உதைத்துச் சித்திரவதை செய்தபோதெல்லாம் எதுவும் நடக்கவில்லை. ஆனால், அவனைக் காவல் காப்போம் என்று நீங்கள் முடிவெடுத்த சிறிது நேரத்துக்குப் பின் அவனை நாம் கட்டிலில் பிணமாகத்தான் பார்க்க முடிந்தது... என் தந்தை அடிக்கடி ஒன்று கூறுவார்: தீமை ஒருநாள் வரவுசெலவுக் கணக்குப் போட்டால் அதற்குச் சாதகமான விஷயங்கள் ஒருசில அதில் தப்பாமல் இடம் பெறும் என்று.

கான்ஸல்: உங்கள் தந்தை அதை ஒரு பழமொழியாகத்தான் சொல்லியிருக்க வேண்டும். ஆனால், இவ்வாறான பழ மொழிகளை என்னால் ஏற்றுக்கொள்ள இயலவில்லை.

இஞ்சினியர்: என்ன சொல்ல வருகிறீர்கள்?

கான்ஸல்: நான் சொன்னதைப் புரிந்துகொள்வது உங்கள் கையில்தான் இருக்கிறது.

(இதுவரை பின்புறமாக ஒதுங்கி நின்றிருந்த மாணவன் நகர்ந்து வந்து எல்லோருக்கும் முன்பாக நிற்கிறான்.)

மாணவன்: அன்று கான்ஸலுடன் மெதுவாகப் பேசியவன் நான்தான். அவரைக் காவல் காப்பது என்று நாங்கள் ஒரு ஒப்பந்தம் செய்துகொண்டோம்.

ஹோ. முதலாளி: நீங்களா?

இஞ்சினியர்: நீங்களுமா? ஏன் அதை முதலிலேயே சொல்ல வில்லை?

மாணவன்: நீங்கள் ஒரு முடிவெடுப்பதற்கு முன்பாக நான் தலையிட விரும்பவில்லை. கான்ஸல் கொலைகாரர் அல்ல. காவல் நேரம் முழுவதும் அவர் என் முன்னேதான் உட் கார்ந்திருந்தார். என் கால்கள் அவரைத் தொட்டுக் கொண்டே இருந்தன. நான் அதற்குச் சாட்சி... நானும் டாக்டரும்!

இஞ்சினியர்: இந்த அளவுக்கு வந்துவிட்டோமா? இனி நாம் நமக்குள்ளேயே சாட்சிகளைத் தயார் செய்துகொள்ள வேண்டும். எவன் அன்று தூங்கிக்கொண்டிருந்தானோ அவ னுக்கு அதற்கான சாட்சி இன்று தேவைப்படுகிறது. ஒரு வன் மிகவும் அசதியாகத் தூங்கியிருக்கலாம். அப்படியிருந் தும் அவன் குற்றவாளியாக இருக்கக்கூடும்.

(மாணவன் பதில் சொல்வது போலன்றி ஏதோ மனப் பாடம் செய்ததை ஒப்பிப்பதுபோல் கூறுகிறான்.)

மாணவன்: ஆமாம்! அது சாத்தியம்தான். எவனொருவன் செயலைப் புறக்கணிக்கிறானோ, அவன் எந்த வகையிலும் குற்றத்திலிருந்து விடுபட முடியாது. நடப்பில் அக்கறையின்றி இருப்பதன் மூலம் ஒருவன் குற்றமற்றவன் என்ற நிலையை அடைய முடியாது. குற்றம், சூரிய கிரணத்தைப் போல் எல்லோருக்கும் பொதுவானது. அது எல்லோருக்கும் பொருந்தும். குற்றத்தை எதிர்கொள்வதற்கான ஒரே வாய்ப்பு, அதை உணர்வதிலும் ஏற்றுக்கொள்வதிலும்தான் இருக்கிறது. இன்று நம்மிடையே நிலவும் குற்றத்தை நம்முடைய பொதுக் குற்றமாக ஏற்பதைத் தவிர வேறு வழி இல்லை. அதன் பிறகுதான் அது நம்மிடம் மாற்றத்தை ஏற்படுத்தும்.

இஞ்சினியர்: நீங்கள் பாவமன்னிப்பு அளிக்கும் பாதிரியாக இருந்திருக்க வேண்டியவர்.

மாணவன்: அதற்கான தகுதிகளில் ஒன்று மட்டும் இல்லை— பாவிகள் இல்லையே!

டாக்டர்: என்ன இழவு இது! உங்கள் பேச்சு என் நரம்புகளை யெல்லாம் தளரச் செய்கிறது. நம்மில் யாரோ ஒருவன் தனியாக அந்தக் காரியத்தைச் செய்திருக்கிறான். நாம் அறியாமலும், நமக்குச் சொல்லாமலும், நம்முடைய ஒப்புதலின்றியும் அவன் அந்தக் கொடிய செயலை முடித்திருக்கிறான். அன்று அங்கிருந்த எல்லோர் முன்னிலையிலும் அது நடந்தது என்றாலும் யாருக்கும் தெரியாமல் நடந்த இந்தக் குற்றத்தை என் குற்றமாகவோ பிறர் குற்றமாகவோ ஏற்க நான் மறுக்கிறேன். கொலைகாரனின் குற்றத்தை என் சொந்தக் குற்றமாக ஏற்க வேண்டும் என்பதையும் நான் நிராகரிக்கிறேன்.

லாரி ஓட்டி: யார் அந்தக் காரியத்தைச் செய்தது என்று உங்களுக்குத் தெரியுமானால் அவன் பெயரை நீங்கள் சொல்லலாமே.

டாக்டர்: நாம் ஒவ்வொருவரும் மற்றவர்களிடம் நம் குற்ற மற்ற தன்மையை நிரூபிக்க முயல்வது ஒரு பயனற்ற வேலை யாகும். அப்படிச் செய்யும் முயற்சியில் நாம் ஒவ்வொரு வரும் வெற்றியடைய முடியும். தான் குற்றமற்றவர் என்று மற்றவர்களுக்கு நிரூபிக்க ஒவ்வொருவரும் பல நல்ல காரணங்களைச் சொல்ல முடியும். குற்றம்சாட்டப்பட்ட ஒவ்வொருவரும் மற்றவரை நிரபராதி என்று எண்ணிச் செயல்படுவது குற்றம்சாட்டப்பட்டவர்களுக்கு இருக்க வேண்டிய தேவையான ஒரு கண்ணியமாகும்.

லாரி ஓட்டி: நீங்கள் சொல்வதைக் கேட்கும்போது எனக்கு வேறு வகையான எண்ணம் தோன்றுகிறது. ஏன் அந்தக் கொலையை நீங்கள் செய்திருக்கக் கூடாது என்றே தோன்று கிறது.

டாக்டர்: என்ன தைரியம் உங்களுக்கு? நான் ஒரு டாக்டர்!

லாரி ஓட்டி: அதனால் என்ன? கொலைகாரர்களான டாக்டர் களே இல்லையா என்ன? பத்திரிகைகளைப் படித்துப் பார்க்கும்போது சில சமயம் டாக்டர் என்பவர் மிகவும் சாமர்த்தியமாகக் கொலைகளைச் செய்பவர் என்றல்லவா நாம் தெரிந்துகொள்ள முடிகிறது...! கடைசியாக நீங்களும் கூட அவனை அச்சுறுத்தவில்லையா? கட்டிலில் படுத்திருந்த அவனிடம் நீங்கள் எப்படிக் கூச்சலிட்டீர்கள் என்பது இப் போது நினைவுக்கு வருகிறது. உடனடியாக மருத்துவ மனைக்குப் போக வேண்டும் என்ற உந்துதலில் நீங்கள் அவனை அவனுடைய நண்பர்களின் பெயர்களைச் சொல் லச் சொல்லி வற்புறுத்தினீர்கள். நீங்கள் எதையும் செய்யத் தயாராக இருந்தீர்கள்.

டாக்டர்: நீங்கள் என்மீது சாட்டும் குற்றம் பயங்கரமானது.

லாரி ஓட்டி: நாம் எல்லோருமே சந்தேகத்துக்குட்பட்டவர்க ளாக இருக்கும் சூழலில் உங்களைப் பற்றிச் சொல்வது மட் டும் எப்படிப் பயங்கரமானதாக இருக்க முடியும்?

டாக்டர்: நான் மருத்துவர் என்ற முறையில் சத்தியப் பிரமாணம் செய்திருக்கிறேன்... ஆனால், அதெல்லாம் உங்களுக்குப் புரியாது.

(டாக்டர் அருகில் லாரி ஓட்டி செல்கிறான். கான்ஸல் நாற்காலியிலிருந்து எழுந்து நிற்கிறார்.)

லாரி ஓட்டி: *(ஆவேசத்துடன்)* நான் ஒரு அடிமுட்டாள் என்று நினைக்கிறீர்களா...? உங்களைப் போன்ற டாக்டர்கள் பிரமாணம் செய்துகொடுத்திருக்கிறார்கள் என்பது எனக்குத் தெரியும். ஆனால், சில சமயம் பிரமாணத்தின் பின் மறைந்துகொள்வதற்காகவே அம்மாதிரி செய்திருக்கிறீர்கள்.

டாக்டர்: உங்களிடம் மேலும் பேச முடியாது. நீங்கள் ஒரு ...

லாரி ஓட்டி: எனக்குத் தெரியும். நீங்கள் சொல்ல வந்ததை நிறுத்திக்கொள்ளுங்கள். நான் ஏதோ ஒரு விதமான பிரமாணத்துக்குக் கட்டுப்பட்டவன் என்று என்னால் காட்டிக் கொள்ள முடியாது. அதாவது, உங்களைக் கேள்வி கேட்கக்கூடிய யோக்கியதை எனக்கு இல்லை. ஆனால், அந்த இளைஞன் கொலை செய்யப்பட்ட நேரத்தில் நீங்களும் அங்கு இருந்தீர்கள் என்பதை மறுக்க முடியாது.

டாக்டர்: நான் உங்களை எச்சரிக்கிறேன்!

லாரி ஓட்டி: நல்லது. நான் எதற்கும் தயார்!

விவசாயி: டாக்டர் அந்தக் கொலையைச் செய்யவில்லை. என் காவல் நேரத்தில் கொலை நடந்தது. நான் மட்டும்தான் அதற்குப் பொறுப்பு. டாக்டர் கதவுக்கருகில் தரையில் உட்கார்ந்திருந்தார். கொலை நடந்துவிட்டது தெரிந்த பின் தான் அவர் அங்கிருந்து எழுந்தார்.

லாரி ஓட்டி: அவசரப்பட்டு எதையும் சொல்லாதே! நானும் கதவுக்கருகில் தரையில்தான் உட்கார்ந்திருந்தேன். இப்

போது ஞாபகத்திற்கு வருகிறது. நீங்கள் முதலில் என் இடது பக்கத்தில் உட்கார்ந்திருந்தீர்கள். அவன் கட்டிலில் பிணமாகிக் கிடக்கிறான் என்று யாரோ கூச்சலிட்டபோது நீங்கள் தரையிலிருந்து எழுந்தீர்கள். ஆனால், என் வலது பக்கத்திலிருந்து.

டாக்டர்: இது சுத்த உளறல்!

கான்ஸல்: என்னால் நம்பவே முடியவில்லையே! குற்றவாளி அல்ல என்று நிரூபிக்க முயலும்போதுதான் ஒவ்வொரு வருக்கும் கடந்த கால நிகழ்ச்சிகளைப் பற்றிய ஞாபகம் மேலும்மேலும் தீவிரமடையும் போலும்.

லாரி ஓட்டி: நான் உங்களை ஒன்றும் கேட்கவில்லை.

கான்ஸல்: யாரும் கேட்காதபோதுதான் சிறந்த எண்ணங்கள் எனக்குத் தோன்றுகின்றன. நாம் ஒப்புக்கொள்ள நினைக் கும் அளவையும் மீறி ஞாபகமும் நன்னடத்தைக் கோட் பாடுகளும் ஒன்றையொன்று தழுவி நிற்கின்றன என்று நான் நினைக்கிறேன்.

லாரி ஓட்டி: கொஞ்சம் பொறுங்கள். எப்படியாவது மருத்துவ மனைக்குச் செல்ல அவர் விரும்பியதால் எப்படியாவது வெளியே வர வேண்டும் என்ற ஆர்வம் டாக்டரிடம் இருந் தது. இதையாவது ஒப்புக்கொள்கிறீர்களா?

(முன்பு கான்ஸலைச் சுற்றி நின்றதுபோல் இப்போது மற்றவர்கள் டாக்டரைச் சூழ்ந்துகொள்கிறார்கள்.)

டாக்டர்: எனக்காக நோயாளிகள் காத்திருந்தார்கள்.

லாரி ஓட்டி: நீங்கள் நேராக மருத்துவமனைக்கா சென்றீர்கள்? அதாவது, நாம் எல்லோரும் விடுதலை செய்யப்பட்ட பின்?

டாக்டர்: நான் ஒவ்வொரு நாளும் மருத்துவமனையில் இருந் தேன்.

லாரி ஓட்டி: ஆனால், அன்று? கொலை நடந்த பின்...

டாக்டர்: நான் எந்த விதமான பதிலும் சொல்ல முடியாது. பயனற்ற இந்த விசாரணை விளையாட்டு எதற்காக?

வங்கி அதிகாரி: டாக்டர்! சொல்வதற்குக் கஷ்டமாக இருந்தாலும் நான் ஒன்றைச் சொல்ல வேண்டும். உங்கள் பேச்சில் ஒரு திருத்தம் தேவை. நீங்கள் விளையாட்டு என்று குறிப்பிடும் விசாரணை எப்படியும் மேலும் ஒரு உயிருக்கு உலைவைக்கத்தான் போகிறது. நம்மில் யாராவது ஒருவர் உண்மைக் குற்றவாளி என்று நம்பக்கூடிய ஒருவர்—இங்கிருந்து வெளியே போகப்போவதில்லை. விளையாட்டின் விதிமுறைகளில் 'சாவு' என்பதற்கெல்லாம் இடமில்லையே.

டாக்டர்: இன்னும் மோசம். ஏனென்றால் நம்மில் ஒருவரின் உயிரைப் பறிக்க நாமே இந்த விளையாட்டை நடத்திக் கொண்டிருக்கிறோம்.

லாரி ஓட்டி: எப்போதும் நிதானமாக நாம் ஆராய வேண்டும். டாக்டர், நீங்கள் நான்கு ஆண்டுகளுக்கு முன்பு அந்த நாளன்று, நேராக மருத்துவமனைக்குச் சென்றேன் என்று சொன்னீர்கள். அது உண்மைதானா? நான் என் லாரி இருக்குமிடத்துக்குச் சென்றேன். அவர்கள் லாரியை அருகிலிருந்த ஒரு லாரி நிறுத்தும் இடத்தில் நிறுத்தியிருந்தார்கள். நெடுஞ்சாலையில் நான் லாரியை ஓட்டிக்கொண்டு போன அந்த அரைமணி நேரத்தில் கவர்னரது கார் அணிவகுப்பு என் லாரியைக் கடந்து சென்றது. முதலில் அவருடைய மோட்டார் சைக்கிள் பைலட்டுகள். அதன் பிறகு, முதல் காரில் கவர்னர் வெள்ளைச் சீருடையில் இருந்தார். அணி வகுப்பில் இரண்டு கார்கள்தான் சென்றன. இரண்டாவது காரில் வேறு சிலருடன் அமர்ந்திருந்தது யார் தெரியுமா? நீங்கள் தான், டாக்டர்!

(மற்றவர்களிடம் சலசலப்பு. ஆச்சரியம்.)

ஹோ. முதலாளி: இவர் சொல்வது உண்மைதானா?

இஞ்சினியர்: கவர்னருடனா?

வங்கி அதிகாரி: இதற்கு என்ன சொல்கிறீர்கள், டாக்டர்?

(மௌனம்.)

டாக்டர்: நான் என் துறையில் சிறந்த நிபுணன். அன்று என்னுடைய மருத்துவமனை வாசலில் கவர்னர் அனுப்பிய ஒருவன் காத்திருந்தான். எனக்கு அவனுடன் செல்ல வேண்டிய கட்டாயமான நிலை. கவர்னருடைய தந்தையின் உடல்நிலை மிக மோசமாக இருந்தது. இந்த நிலையில் வேறு என்ன செய்திருக்க முடியும்?

லாரி ஓட்டி: கவர்னரின் தந்தையா? எனக்குத் தெரிந்தவரை அவர் இறந்து பல வருடங்கள் ஆகிவிட்டதே.

டாக்டர்: நான்கு ஆண்டுகளுக்கு முன்புதான் மரணம் அடைந்தார். நான் இரண்டு முறைதான் அவரை டாக்டர் என்ற முறையில் அதற்கு முன்பு போய்ப் பார்த்தேன்.

லாரி ஓட்டி: மரணம் எய்தியவர்கள் மிகச் சிறந்த சாட்சிகள்!

டாக்டர்: (கோபத்துடன்) இதை நான் கடுமையாக ஆட்சேபிக்கிறேன். எங்குமே கேள்விப்படாத பேச்சு. நான் நினைத்தால் உங்களை....

லாரி ஓட்டி: என்ன செய்துவிடுவீர்கள்?

டாக்டர்: உங்களைக் காட்டிக்கொடுக்க முடியும்.

லாரி ஓட்டி: (சிரித்துக்கொண்டே) யாரிடம்? எதற்காக? உங்கள் மீது இருக்கும் சந்தேகத்தைப் போக்கும் வேலையைப் போலீஸிடமே விட்டுவிடலாம் என்று விரும்புகிறீர்களா என்ன?

இஞ்சினியர்: உண்மையிலேயே தங்கள் குற்றங்கள் போலீஸாரால் மன்னிக்கப்படட்டும் என்று விட்டுவிடும் மனிதர்களும் இருக்கத்தான் செய்கிறார்கள்.

கான்ஸல்: பொதுவாக யாருக்குமே பாதுகாப்பு இல்லாத காலங்களிலும், அடிக்கடி ஆட்சியாளர்கள் மாறும் காலங்களிலும் போலீஸ் என்ற அதிகார அமைப்புதான் தொடர்ந்து செயல்

படுகிறது. போலீஸ் துறை இல்லாமலே போய்விடுமா என்று நாம் கவலைப்படத் தேவையில்லை. என் இளமைப் பருவத்தில் புது விதமான போலீஸ் துறையை நிறுவ வேண்டும் என்று அடிக்கடி கனவு கண்டுகொண்டிருந்தேன் தெரியுமா? போலீஸ், கொடியவர்களைப் பிடித்து விசாரித்துக் கொண்டிருப்பதற்குப் பதிலாக நல்லவர்களுக்குத் தகுந்த பரிசுகளை அளிக்க வேண்டும். நிரபராதிகளைக் கௌரவிப்பதற்காக மட்டும் போலீஸ் இருக்கமுடியுமானால், நாம் பெரிய முன்னேற்றத்தை இந்த உலகில் காண முடியும்.

லாரி ஓட்டி: நீங்கள் நிறையப் பேசுகிறீர்கள். இன்னும் டாக்டர் என் கேள்விகளுக்குப் பதில் சொல்லவில்லை

டாக்டர்: உங்களைப் போன்ற முட்டாளுக்கு முன் என் நடத்தைக்கான எந்த விதமான விளக்கமும் கூறும் எண்ணம் எனக்கில்லை.

லாரி ஓட்டி: *(பயமுறுத்தும் குரலில்)* அதை இன்னொரு முறை சொல்லுங்கள் பார்க்கலாம்!

டாக்டர்: நீங்கள் ஒரு மோசமான, கேவலமான முட்டாள்.

(லாரி ஓட்டி டாக்டரின் மீது பாய்கிறான். ஒருவரை ஒருவர் அடித்துக்கொள்கிறார்கள். அவர்களைப் பிரிக்க மற்றவர்கள் முயல்கிறார்கள். லாரி ஓட்டி பலமுறை அடிக்கிறான். மாணவன் கதவைத் திறந்து காவலாளிக்குச் சைகை செய்ய, அவன் உள்ளே வருகிறான்.)

மாணவன்: *(அதிகாரக் குரலில்)* காவலாளி! அவர்களைப் பிரித்துவிடு.

காவலாளி: நிறுத்துங்கள்! தள்ளிப்போங்கள்! சொன்னது புரியவில்லை? தள்ளிப்போங்கள்!

(துப்பாக்கி முனையால் வாங்கிய அடியில் லாரி ஓட்டி முனகுகிறான்.)

காவலாளி: நான்தான் எச்சரித்தேனே! தள்ளி நில்லுங்கள்!

(மௌனம். காவலாளி மாணவனைப் பார்த்தபின், கத வருகில் சென்று அறை உள்ளேயே நிற்கிறான்.)

வங்கி அதிகாரி: அவமானப்பட வேண்டிய நிகழ்ச்சி. நாம் ஒவ் வொருவரும் விசாரணை நீதிபதி என்று எண்ணி நடந்து கொண்டால் அது எங்கே போய் நிற்கும் என்று நமக்கு நன்றாகவே புரிந்துவிட்டது. அடி உதைகளின் மூலம் நம்மை நாமே ஒரு காரியத்தை ஒப்புக்கொள்ளவைக்க முனைகிறோம்... அந்த அளவுக்கு வந்துவிட்டது நம் முடைய நிலைமை. நம்மைப் பிணைத்துக் கூட்டாகச் செயல்படுத்துவதற்குப் பதிலாக நம் ஒவ்வொருவரையும் மற்றவர்களுக்கு எதிரியாக ஆக்கிவிட்டிருக்கிறது.

கான்ஸல்: மன்னிக்க வேண்டும். இங்கு நிலவுவது இயற்கை யான சூழ்நிலை அல்ல. பிறர் கட்டாயத்தில் ஏற்பாடான செயற்கையான நிலை. கட்டாயச் சூழலில் தோன்றும் ஒற்றுமை உணர்வு கேள்விக்குரியதே! மற்றவர்களை மாட்ட வைத்து முதலில் எப்படி நாம் தப்பலாம் என்பதையே ஒவ்வொருவரும் முக்கியமாக நினைப்பார்கள்.

ஹோ. முதலாளி: நாம் இதற்கு ஒரு முடிவுகட்ட வேண்டும். நாமே நம்மில் ஒவ்வொருவரையும் குறுக்கு விசாரணை செய்வதால் எந்த விதமான பயனும் ஏற்படப்போவ தில்லை. நம்மில் மூன்று பேர் பதிலளித்துவிட்டார்கள். அதன் முடிவு? அவர்கள் நிரபராதிகள் என்பதை நிரூபித்து விட்டார்களா? விசாரணை நீதிபதியின் வேலைச் சுமையை நாம் எந்த விதத்திலும் குறைக்க முடியாது. அவர் ஒருவர் தான் அவர் கூறும் தீர்ப்பின் மூலம் நம் நிலையில் ஒரு மாறு தலை உண்டாக்க முடியும்.

மாணவன்: தீர்ப்புக் கூறுவதற்கு நீதிபதிக்குச் சில அடிப்படை விவரங்கள் தேவை—அவர் தன் சொந்த அனுபவத்தில் அறிந்ததைக் கொண்டு மட்டும் தீர்ப்புக்கூற விரும்பாத போது.

இஞ்சினியர்: ஆனால், அவர் எங்கே? எப்போது வரக் கருதி யிருக்கிறார்? இங்கிருந்து நாற்சந்திவரை ஒவ்வொரு வீட்டிலும் மக்கள் அவருக்காகக் காத்திருக்கிறார்கள் என்று நமக்குச் சொல்லப்பட்டது. வெற்றி பெற்ற புரட்சியின் பெயரால் அவர் வழங்கப்போகும் நீதிக்காக மக்கள் காத்திருக்கிறார்கள். இங்கே வரப் பல வாரங்கள் ஆகலாம்.

கான்ஸல்: நான் அப்படி நினைக்கவில்லை. அமைதிக் காலத்தில் நீதி தாமதமாகவே செயல்படுகிறது. ஆனால், ஒரு தத்துவத்தின் வெற்றிக்குப் பிறகு அது ஆச்சரியப்படத்தக்க விதத்தில் வேகமாகவே செயல்படும். வெற்றி கொடுத்த இறுமாப்பில் தீர்ப்பு சரியா, தவறா என்பதைப் பற்றி ஒருவரும் கவலைப்படுவதில்லை.

ஹோ. முதலாளி: நான் நீதிபதி வரும்வரை பொறுமையாக இருக்கப்போகிறேன். அதுவரை நான் எந்தப் பதிலும் கூறப் போவதில்லை.

இஞ்சினியர்: அவர் வராமலே இருந்துவிட்டால்?

ஹோ. முதலாளி: அவர் நம்மை மறந்துவிட்டால்?

கான்ஸல்: அவ்வாறு நிகழ்ந்தால் அதுவே ஒரு கொடுமையான தண்டனை எனலாம். குற்றவாளிகள் தங்களைத் தாங்களே தண்டித்துக்கொள்ளுமாறு அவர் விட்டுவிடுகிறார் என்றாகிறது.

மாணவன்: நாம் இதுவரை செய்தது போலவே தொடர்ந்து விசாரணையை நடத்த வேண்டும்.

ஹோ. முதலாளி: நீதிபதி இல்லாமலா?

மாணவன்: நீதிபதி இங்குதான் இருக்கிறார்.

(எல்லோரும் ஆச்சரியத்துடன் மாணவனைப் பார்க்கிறார்கள். பின்பு யார் நீதிபதி என்பதைத் தெரிந்துகொள்ளும் ஆவலுடன் அவனை நெருங்குகிறார்கள்.)

இஞ்சினியர்: வேடிக்கையெல்லாம் வேண்டாம், கோழைப் பயலே!

கான்ஸல்: ஒருக்கால் அவர் சொல்வதும் உண்மையாக இருக்கலாம். அப்படி என்றால் என் வாழ்நாளில் இதுவரை அறிந்திராத அளவுக்கு ஆவலைத் தூண்டும் வழக்காக இது இருக்கும். சந்தேகத்துக்குள்ளான மனிதர்களுக்கிடையில் நீதிபதியும் குற்றவாளியும் ஒன்றாக இருக்கிறார்கள். இவ்வாறான சூழலில் நீதிபதிகூட தான் குற்றமற்றவர் என்று நிரூபிக்க வேண்டிய கட்டாயமான நிலைமை இருக்கிறது. உண்மையில் தான் குற்றமற்றவன் என்று நிரூபிக்க வேண்டிய அவசியம் சில நீதிபதிகளுக்கு இருக்கலாம் அல்லவா?

இஞ்சினியர்: சுத்தப் பிதற்றல்!

ஹோ. முதலாளி: யாராக இருக்கலாம்? அன்று அது நேர்ந்த போது இருந்த நாம் எட்டுப் பேருமே கொலைகாரர்களாக இருக்க வாய்ப்பு உள்ளது என்பது ஏற்கனவே தீர்மானிக்கப்பட்டுள்ளது.

மாணவன்: காவலாளி! நீ உன் இடத்திற்குப் போ!

(காவலாளி ஸல்யூட் செய்துவிட்டு, அறையை விட்டு வெளியேறுகிறான்.)

மாணவன்: நான்தான்! நான்தான் நீங்கள் எதிர்பார்க்கும் அந்த நீதிபதி.

(மௌனம்.)

கான்ஸல்: 'வாருங்கள்' என்று வரவேற்பு அளித்திருப்பேன். ஆனால், வெறும் நம்பிக்கையின் அடிப்படையில் மட்டுமே தன்னுடைய நீதிபதிக்கு ஒருவன் வரவேற்பு அளிக்க முடியாது. எப்படிப் பார்த்தாலும் நீங்கள்தான் நீதிபதி என்பது ஆச்சரியத்துக்குரியதே.

ஹோ. முதலாளி: *(நம்ப முடியாமல்)* அது நீங்கள்தானா?

(விவசாயி மாணவன் காலடியில் மண்டியிட்டு)

விவசாயி: ஐயா, நீங்கள் நீதிபதி என்றால் நான் சொல்வதைக் கேளுங்கள், ஐயா. இங்குள்ள யாருமே அதைச் செய்ய வில்லை. நான் காவலை மேற்கொண்டேன். அப்போது நான் தூங்கிவிடவில்லை. பொறுமையாக, சரியான நேரத் திற்காகக் காத்திருந்தேன். உங்கள் முகங்கள் உங்கள் எண் ணங்களைத் தெளிவாக வெளிப்படுத்தியதை நான் புரிந்து கொண்டேன். உங்கள் எல்லோரது நன்மைக்காகவும் நான் அதைச் செய்ய விரும்பினேன்.

இஞ்சினியர்: நீங்களும் அன்று எங்களுடன் இருந்தீர்கள். எங்க ளோடு காவலறையில் அடைக்கப்பட்டுப் பின்பு எங்களுட னேயே வெளியேறினீர்கள். பிறகு, எப்படி நீங்கள் எங்க ளுக்கு நீதிபதியாக முடியும்?

விவசாயி: நான் சொல்வதைக் கேளுங்கள் ஐயா, நான்தான் அதைச் செய்தது.

மாணவன்: நீங்கள் எதிர்பார்க்கும் நீதிபதி நான்தான் என்ப தற்கு அத்தாட்சி என்ன என்று தெரிந்துகொள்ள விரும்பு கிறீர்களா? *(சற்றுத் தயக்கத்துடன், சிந்தனையில் ஆழ்ந்து)* இப்போது, ஒருவகையில், நான் எப்படி நீதிபதியானேன் என்பதைத் தெரிந்துகொள்ள உங்களுக்கு உரிமை இருக்கி றது... நான் அவர்களில் ஒருவன். அவர்களுடைய துன்பத் தில் நான் பங்குகொண்டேன். அவர்களின் குறிக்கோள்களி லும் நான் பங்குகொண்டிருக்கலாம். அன்று நான்கூட சுதந் திரமாக வெளியேறுவது ஸாஸோனைப் பொறுத்தே இருந் தது. அன்று நாம் எல்லோரும் நிரபராதிகளாக இருந் தோம்... ஆனால், எண்ணத்தால் நாம் எல்லோருமே கொலைகாரர்களாக மாறினோம்... ஸாஸோன் எதையும் சொல்ல மாட்டான் என்ற நிலை உருவாகியபோது தனது நண்பர்களையோ குறிக்கோளையோ விட்டுக்கொடுக்க மாட்டான் என்ற நிலை உருவாகியபோது, உள்ளத்தால்

நாம் எல்லோரும் குற்றம் செய்தோம். ஆனால், நம்மில் ஒருவன் மட்டும் அதைச் செயலில் நிறைவேற்றினான். நான் சொல்லப்போவது உங்களுக்கு ஆச்சரியமாகப் படலாம்: சில குறிப்பிட்ட தீச் செயல்கள் ஒருவிதமான மனச்சூழலில்தான் உருவாகும். அன்று நாம் இவ்வாறான சூழலை அமைத்தோம். ஆகவேதான் நாமெல்லோரும் குற்றவாளிகள்.

கான்ஸல்: *நீங்கள் சொல்வது மிகவும் சரி. ஒப்புக்கொண்டேயாக வேண்டும்.*

(மாணவன் அறையில் ஒரு கோடிக்குச் சென்று நிற்கிறான். மற்றவர்கள் அவனுக்கு எதிரே அவனைப் பார்த்தபடி நிற்கிறார்கள்.)

மாணவன்: *அக்கினிப் பரீட்சைக்கு உட்படுத்தப்படும்போது குற்றமற்ற தன்மை எவ்வளவு பலவீனமானது என்பதை அன்று நான் புரிந்துகொண்டேன். மதிப்புக்குரிய ஒன்பது மனிதர்களாகிய நாம் நிரபராதிகளாக இருந்ததே ஒரு அதிர்ஷ்டவசமான சந்தர்ப்பத்தினால்தான் என்ற உண்மையை நாம் அன்று நிரூபித்தோம். எதைப் பற்றியும் அக்கறை காட்டாததன் மூலமும், கைவந்த கலையான உணர்ச்சியற்று இருப்பதன் மூலமும் நம்முடைய குற்றமற்ற தன்மையைக் காப்பாற்றிக்கொள்ள முடியும் என்று நாம் அன்று நம்பினோம். அதன் பிறகுதான் நாம் ஒரு சோதனைக்கு உட்படுத்தப்பட்டோம். ஒரு தனிமனிதனின் கொள்கைப் பிடிப்பு, ஒன்பது சமகால மனிதர்களின் குற்றமற்ற தன்மையை மறுத்துவிட்டது. இன்று குற்றமற்ற தன்மையைச்சுட்டிக்காட்டுகிறவன் எந்த விதப் பாராட்டையும் எதிர்பார்க்க முடியாது... அன்று நம்மால் கொலை செய்யப்பட்ட ஸாஸோனின் கொள்கைகளை என் கொள்கைகளாக ஏற்றுக்கொண்டேன். அவை உங்கள் குற்றமற்ற தன்மையைவிட உறுதியானவை; அவை நம்பத் தகுந்தவை.*

அன்று சிறையை விட்டு வெளியேறிய உடனேயே நான் ஸாஸோனின் கூட்டத்துடன் தொடர்பு கொண்டேன்.

கான்ஸல்: இறுதியில் எங்கு எவ்வாறு கவர்னர் இறந்தார் என்பதை நீங்கள் தயவுசெய்து சொல்ல முடியுமா? அவர் மரணத்தைப் பற்றிப் பல விதமான வதந்திகள் உலவுகின்றனவே? அவரது மரணம் இயற்கையானதா?

மாணவன்: அரசு சிறுவர் பள்ளித் திறப்பு விழாவில் அவனை நான் சுட்டுக்கொன்றேன்.

கான்ஸல்: அதற்குப்பின்... ஆனந்த நடனம்.... 'ஓநாய் இறந்து விட்டது'...*

மாணவன்: எங்கள் புரட்சி வெற்றியடைந்தது.

ஹோ. முதலாளி: (இன்னும் நம்ப முடியாமல்) நீங்கள் எங்கள் நீதிபதியா?

இஞ்சினியர்: நீங்கள் என்ன செய்யப்போகிறீர்கள் என்று நாங்கள் தெரிந்துகொள்ளலாமா?

வங்கி அதிகாரி: ஏன் முதலிலே நீங்கள் இந்த உண்மையைச் சொல்லவில்லை? பயத்தினாலா?

டாக்டர்: நீதிபதியாக உங்களை நான் அவ்வளவு சுலபமாக ஏற்றுக்கொள்ள முடியவில்லை. நீங்களும் அன்று இருந்தீர்கள்...

மாணவன்: நீங்கள் எல்லோரும் அதோ, அந்தப் பக்கத்தில் உட்காருங்கள். நான் ஒருமுறைதான் திரும்பவும் சொல்வேன். மேஜைக்கு அருகில் உட்காருங்கள்!

(எல்லோரும் நாற்காலிகளை இழுத்து மாணவன் எதிரில் வரிசையாக அமர்கிறார்கள்.)

---

* கிரிம்ஸ் சகோதரர்கள் எழுதிய 'ஏழு பணயக்கைதிகள்' என்ற கதையின் முடிவில், இறந்த ஓநாயைச் சுற்றி ஆடுகள் ஆடிய ஆனந்த நடனத்தைக் குறிக்கும் மேற்கோள்.

டாக்டர்: நான் ஒரு கேள்வி கேட்கலாமா? எந்தச் சட்டம் உங்களுக்கு இந்த உரிமையை அளித்திருக்கிறது?

கான்ஸல்: டாக்டர், நீங்கள் கேள்வியைத் தவறாகக் கேட்டுவிட்டீர்கள் என்று நினைக்கிறேன். எனக்குத் தெரிய வேண்டியது: எந்த விதமான சட்டத்தை நீங்கள் கடைப்பிடிக்கப் போகிறீர்கள்?

மாணவன்: ஒருவன் தனக்கென்று ஒரு சட்டத்தைத் தேர்ந்தெடுத்துக்கொள்ள முடியாது. 'ஒன்று முழுவெற்றி அல்லது ஒன்றுமே இல்லை' என்ற கண்ணோட்டத்தில் இருக்கும் ஒருவன், ஒரு குறிப்பிட்ட சட்டமுறையை ஏற்றுக்கொள்ள வேண்டிய கட்டாயம் இருக்கிறது. பலிபீடத்தைப் பூஜைக்குரிய பீடமாக மாற்றும் எண்ணம் எங்களுக்கில்லை. நாங்கள் வலுக்கட்டாயத்தில் சிந்திய ரத்தத்தின் விலையைத்தான் திரும்பக் கேட்கிறோம். எங்கள் தியாகிகள், சட்டம் என்ன என்பதை வரையறுக்கவில்லை. ஆனால், எந்தச் சட்டத்தை எவ்வாறு கடைப்பிடித்தால் அவர்களுடைய குற்றச்சாட்டுகளுக்கு நியாயம் கிடைக்குமோ அவ்வாறே அதைக் கடைப்பிடிக்க வேண்டிய கட்டாயத்துக்கு எங்களை உட்படுத்தியிருக்கிறார்கள்.

டாக்டர்: தானாகவே வரவழைத்துக்கொண்ட துன்பங்கள் எல்லாம் நியாயமற்றவை என்று ஒரு தியாகி உணரும்போது அவன் தன்னுடைய குற்றச்சாட்டைத் திரும்பப் பெற்றுக் கொள்ளலாம் அல்லவா?

கான்ஸல்: அதாவது, ஒரு தியாகி தன் எதிர்பார்ப்புகளில் தன்னைத்தானே ஏமாற்றிக்கொள்ள முடியும் என்று கூறுகிறீர்களா?

(மாணவன் வாயிற்பக்கம் பார்த்துவிட்டு, பொறுமை இழந்தவனாக மற்றவர்களின் பக்கம் திரும்பி,)

மாணவன்: அடுத்தது யார்? எனக்கு நிறைய நேரம் கிடையாது. அடுத்தபடியாக நீங்கள்தானே?

வங்கி அதிகாரி: நானா? நானா அடுத்தது? நாம் எந்த விதமான வரிசை முறையையும் கடைப்பிடிக்கவில்லையே.

டாக்டர்: நாங்கள் மூன்று பேர் ஏற்கனவே விசாரணைக்கு உட்படுத்தப்பட்டு எங்கள் பதில்களைச் சொல்லியாகிவிட்டது. நாங்கள் இங்கிருந்து போக அனுமதி உண்டா ?

மாணவன்: குற்றவாளி யார் என்பதை இன்னும் கண்டுபிடிக்கவில்லையே.

வங்கி அதிகாரி: என்னிடம் எதை எதிர்பார்க்கிறீர்கள்? நீங்கள் தேடும் ஆள் நான் இல்லை.

மாணவன்: ஆனால், அன்று நீங்களும்தான் அங்கு இருந்தீர்கள்.

வங்கி அதிகாரி: அந்தக் கொலை நடந்தபோது நான் தூங்கிக் கொண்டிருந்தேன்.

மாணவன்: (அவசரமாக) எந்த இடத்தில்?

வங்கி அதிகாரி: கம்பிக் கதவின் அருகில் நான் சாய்ந்து உட்கார்ந்திருந்தேன். யாரோ என் அருகில் அமர்ந்திருந்தார்கள். ஒருக்கால் நீங்கள்தானா அது?

ஹோ. முதலாளி: நானா? இல்லவேயில்லை! கட்டிலுக்கு வெகு தூரத்தில் தனியாக ஒரு மூலையில் நான் உட்கார்ந்திருந்தேன். உங்களருகில் நான் இருந்திருக்க முடியாது.

வங்கி அதிகாரி: அப்படியென்றால்... நீங்கள்தான் அது!

இஞ்சினியர்: (எரிச்சலுடன்) நீங்கள் அந்த முடிவுக்கு எப்படி வந்தீர்கள்? அன்று நாம் ஒவ்வொருவரும் எங்கே யாருக்கு அருகில் உட்கார்ந்திருந்தோம் என்று இன்று ஆராய்வதில் என்ன லாபம்?

வங்கி அதிகாரி: நீங்கள் எனக்கும் கட்டிலுக்கும் இடையில்தான் உட்கார்ந்திருந்தீர்கள் என்று எனக்கு நிச்சயமாகத் தெரியும்.

இஞ்சினியர்: புரிகிறது! அதாவது நீங்கள் சொல்ல நினைப்பது... (கொஞ்சம்கொஞ்சமாகக் குரலை உயர்த்தி) எழுந்து கட்டி லுக்குச் சென்று அவனைக் கொலை செய்ய எனக்குத்தான் சாத்தியம் இருந்தது என்றும், அதை நீங்கள் கவனித்திருக்க முடியாது என்றும் சொல்ல விரும்புகிறீர்கள் அல்லவா? நான் உங்கள் கவனத்தைக் கவரும் விதத்தில் உங்கள் கால்களைத் தாண்டிச் செல்ல வேண்டியதில்லை—அதைத்தானே கூற நினைக்கிறீர்கள்?

வங்கி அதிகாரி: தூக்கத்தில் நீங்கள் உங்கள் தொண்டையைத் தடவிவிட்டுக்கொண்டிருந்தீர்கள்.

இஞ்சினியர்: நீங்கள் பார்த்ததாகச் சொல்வது எனக்கு மிகவும் விநோதமாகப்படுகிறது. அப்போது நீங்களும் தூங்கிக் கொண்டுதானே இருந்தீர்கள்!

வங்கி அதிகாரி: நான் ஒரு கணம் விழித்துப் பார்த்தேன்.

இஞ்சினியர்: எப்போது? நான் சொல்வது தவறு இல்லையென் றால், நீங்கள் உங்கள் வங்கியில் உள்ள தணிக்கை வேலைக் காக அங்கு இருக்க முடியாதது பற்றி ஓயாமல் புலம்பிக் கொண்டிருந்தீர்கள். ஒருக்கால் வங்கியில் தணிக்கையைக் கவனிப்பதற்காக வெளியேறும் சந்தர்ப்பத்தைத் தேடிக் கொள்ளக் கண்விழித்தீர்களா என்ன?

கான்ஸல்: நான் நினைத்தது மேலும் உறுதியாகிறது: நம் ஞாபக சக்தி நம் சௌகரியத்துக்குத் தேவையான எல்லையையும் மீறி வளர்கிறது.

இஞ்சினியர்: உங்கள் கேலியான பேச்சை நிறுத்துங்கள்.

கான்ஸல்: கேலிப் பேச்சு சில சமயங்களில் நிலைமையைச் சரி யாக ஆராய உதவுகிறது.

இஞ்சினியர்: (கோபத்துடன்) உங்கள் பேச்சு எனக்குப் புளித்து விட்டது. இங்கு நடப்பதெல்லாம் உங்கள் மனதைத் தொட வில்லை என்றால், நீங்கள் இங்கிருந்து போய்விடுங்கள்—

அல்லது வாயை மூடிக்கொண்டு இருங்கள். மதிப்பிற்குரிய வங்கி அதிகாரியிடம் ஒரு கேள்வி: தணிக்கையின்போது வங்கியில் நீங்கள் இருக்க வேண்டியது மிக அவசியம் என்று ஏன் கருதினீர்கள்?

வங்கி அதிகாரி: ஏன் என்றா கேட்கிறீர்கள்? காவல் துறைக்குக் கூடத்தான் குற்றங்களைக் கண்டுபிடிப்பது மிக அவசியமாக இருக்கிறது.

இஞ்சினியர்: அன்று வங்கியில் தணிக்கையின்போது நீங்களும் இருக்க வேண்டும் என்பதற்கு ஒரு குறிப்பிட்ட காரணம் இருந்ததா என்ன? அதாவது, எல்லாவற்றுக்கும் மேலான ஒரு காரணம்?

வங்கி அதிகாரி: (கடுங்கோபத்துடன்) நீங்கள் கற்பனை செய்யத் தொடங்கிவிட்டீர்கள்.

இஞ்சினியர்: எனக்கும் உங்கள் வங்கிக்கும் நெருங்கிய தொடர்பு உண்டு.

வங்கி அதிகாரி: இதைக் கேட்க எனக்கு மிகவும் மகிழ்ச்சியாக இருக்கிறது.

இஞ்சினியர்: நான் சொல்ல வந்ததைக் கேட்டால் நீங்கள் அவ்வளவு மகிழ்ச்சி அடைய மாட்டீர்கள். நீங்கள் பழைய தலைமை போலீஸ் அதிகாரிக்கு மிகவும் நெருங்கியவர். வங்கியில் அவருடைய ரகசியக் கணக்கை நீங்கள் நிர்வகித்துவந்தீர்கள். மற்றவர்களை மிரட்டி வாங்கிய பணம், காரியங்களை முடித்துக் கொடுப்பதற்காக வாங்கிய லஞ்சம், நாட்டை விட்டு வெளியேறிய குடிமக்களிடமிருந்து பறிக்கப்பட்டு அரசாங்கத்துக்குச் சேர வேண்டிய பணம்... எனக்குத் தெரியும், நீங்கள் முழு மனதுடன் அந்தக் காரியத்தைச் செய்ய விரும்பவில்லை. ஆனாலும் நீங்கள் அவருடைய கணக்கை நிர்வகித்துவந்தீர்கள். தணிக்கையின்போது இந்த

விஷயங்கள் எல்லாம் வெளிவந்தால் அது எவ்வளவு பேரா பத்து என்று உங்களுக்கே தெரியும்.

வங்கி அதிகாரி: நீங்கள் சொல்வதெல்லாம் உங்களுடைய அனு மானங்கள். எதையும் நீங்கள் இன்னும் நிரூபிக்கவில்லையே.

இஞ்சினியர்: தலைமை போலீஸ் அதிகாரியுடன் நீங்கள் ஒத் துழைத்தது உண்மையா பொய்யா என்பதைத் தெரிந்து கொள்ள மட்டும் விரும்புகிறேன். அவருடைய ரகசியக் கணக்குகளை நீங்கள் நிர்வகித்துவந்தீர்களா? இல்லையா?

வங்கி அதிகாரி: நான் கட்டாயப்படுத்தப்பட்டேன். என்னிடம் அவர் தன் விருப்பத்தைத் தெரிவித்த பிறகு, என்னால் அதைத் தட்டிக்கழிக்க முடியவில்லை. நான் மட்டும் முடி யாது என்று சொல்லியிருந்தால்...

இஞ்சினியர்: இன்று நீங்கள் நிரபராதியாக இருந்திருப்பீர்கள்— ஆனால், செத்தவராக.

வங்கி அதிகாரி: நீங்கள் எந்த நோக்கத்தில் பேசுகிறீர்கள் என்பது புரியவில்லை...

இஞ்சினியர்: என்னை மற்றவர் குற்றவாளியாகக் கருதுவதற் கான காரணங்களைக் கூறி நீங்கள் என்மீது குற்றம் சாட்டி னீர்கள். நீங்களும் மற்றவர்களைப் போன்று குற்றவாளியாக மாறுவதற்கான சந்தர்ப்பங்கள் இருந்தன என்பதைத்தான் நான் சுட்டிக்காட்ட விரும்பினேன். நாம் யாரும் குற்ற வாளிகள் அல்ல என்று முழுமையாக நிரூபிக்க முடியாது. உங்கள் விஷயத்தில் அது மிகவும் சிரமமானது.

கான்ஸல்: இது மறுக்க முடியாத உண்மை. முற்றிலும் குற்ற மற்ற தன்மை என்பது செத்துப்போனவர்களுக்கு மட்டுமே உரித்தான தனிச் சிறப்பு. வாழ வேண்டிய அவசியம் என்று கருதும் எவரும் குற்றவாளியாவதைத் தவிர வேறு வழி இல்லை.

(மௌனம். வங்கி அதிகாரி தன்னைச் சுற்றிலும் ஒரு முறை பார்க்கிறார். யாரும் அவர் பக்கம் பேச மாட்டார்கள் என்பதைப் புரிந்துகொண்டு தடுமாற்றத்துடன்)

வங்கி அதிகாரி: கவர்னருடைய பழைய தலைமை போலீஸ் அதிகாரியின் கட்டாயத்தினால் அவருடைய ரகசியக் கணக்குகளை நான் நிர்வகித்துவந்தேன் என்பதை நான் ஒப்புக்கொள்கிறேன். இந்த விஷயத்தில் மட்டும் நான் அவருடைய நம்பிக்கைக்குப் பாத்திரமானவனாக இருந்தேன். எவன் வாழ விரும்புகிறானோ, அவனை அவன் மனதுக்குப் பிடிக்காத விஷயங்களைச் செய்யக் கட்டாயப்படுத்த முடியும். எவன் சாகத் தயாராக இருக்கிறானோ, அவன் மட்டும்தான் எல்லாவிதமான பிரச்சினைகளையும் தவிர்க்க முடியும், ஆனால், அவனால் பிரச்சினைகளுக்குத் தீர்வு காண முடியாது. மரணம் மட்டும்தான் நமக்குச் சாதகமான சாட்சியம் என்ற கருத்தை ஏற்றுக்கொள்வதில் நாம் எச்சரிக்கையாக இருக்க வேண்டும்.

மாணவன்: எனினும் குற்றவாளி ஆகாமல் இருப்பதற்கான ஒரு வழியை மரணம் நமக்குக் காட்டுகிறது.

(மௌனம்)

ஹோ. முதலாளி: நீதிபதி அவர்களே, உங்களிடம் சில கேள்விகள் கேட்கலாமா? நீங்கள் எங்கள் எல்லோரையும் இங்கே கொண்டுவரச் செய்தீர்கள். ஏனென்றால் எங்களிடையே இருக்கும் ஒரு குற்றவாளியைக் கண்டுபிடிக்க நீங்கள் விரும்பினீர்கள். நீங்கள் அந்தக் குற்றவாளியின் உயிரைக் கேட்கிறீர்கள்.

மாணவன்: நான் நீதியைத்தான் கேட்கிறேன்.

ஹோ. முதலாளி: உண்மை. ஒரு கொலைகாரனுக்கு நீதியை. நான்கு ஆண்டுகளுக்கு முன்பு கவர்னரால் எங்களுடன் அன்று சிறையில் வைக்கப்பட்ட அந்த மனிதன் ஒரு

கொலைகாரன். கவர்னரைக் கொலை செய்யும் முயற்சியில் ஈடுபட்டு அவருடைய இரு மெய்க்காப்பாளர்களைச் சுட்டுக் கொன்றவன்.

கான்ஸல்: நண்பரே, அந்தக் கொலைகாரன் தன் கொள்கைப் பிடிப்புக் காரணமாகக் கொலை செய்தான் என்பதை நீங்கள் இன்னும் புரிந்துகொள்ளவில்லை. இன்றைய, நமது காலத்தின் மாபெரும் சாதனை அதுதான்: யார் ஒருவர் ஒரு கொள்கைப் பிடிப்பின் பெயராலோ அல்லது ஒரு லட்சியத்தின் பெயராலோ கொலை புரிகிறார்களோ அவர்களுடைய அந்த நடவடிக்கை, சட்டத்துக்கு உட்பட்டதல்ல என்று அந்த இயக்கத்தின் தொண்டர்கள் கருதுகிறார்கள்.

ஹோ. முதலாளி: குறிப்பிட்ட சூழலில் கொலை செய்வது அனுமதிக்கப்பட்டுள்ளது என்று நீங்கள் சொல்கிறீர்கள், இல்லையா? நீதிபதி அவர்களே, இவ்வாறான சூழல் எப்போது எந்தச் சட்டத்தால் கணக்கில் எடுத்துக்கொள்ளப்படுகிறது? எந்த நீதிமன்றத்தினால்?

மாணவன்: (வெறிபிடித்தவன்போல்) நீதியை நிலைநாட்டுவதற்காகக் கொலை செய்வது உண்டு, நாங்கள் நினைக்கும் சமூகத்தையும், சட்டங்களையும் நிலைநாட்டுவதற்குச் சில மனிதர்களின் ரத்தம் சிந்தப்பட வேண்டும் என்று நானும் என் நண்பர்களும் உறுதியாக நம்புகிறோம். யார் எங்கள் குறிக்கோள்களை ஏற்கிறார்களோ, யார் நாங்கள் நினைப்பதுபோல் செயல்படத் தயாராக இருக்கிறார்களோ, அவர்கள் சில பொறுப்புகளையும் ஏற்றுக்கொள்ளத்தான் வேண்டும்.

கான்ஸல்: குற்றத்தைக்கூடவா?

மாணவன்: ஆமாம். குற்றத்தையும்தான்—தன்னையே தியாகம் செய்துகொள்வதன் வாயிலாக அவன் குற்றம் சரிசெய்யப்படுகிறது.

ஹோ. முதலாளி: அப்படியானால் நீங்கள் எந்த விதமான நீதியை வழங்கப்போகிறீர்கள்—எந்த விதமான தண்டனையை வழங்கப்போகிறீர்கள் என்பதைத் தெரிந்து கொள்ள ஆவலாக இருக்கிறேன்.

மாணவன்: அது நடந்த இரவில் நீங்கள் என்ன செய்து கொண்டிருந்தீர்கள்?

ஹோ. முதலாளி: *(தன்னம்பிக்கையுடன், உறுதியாக)* நானா? ஆ! புரிகிறது. இப்போது என்னைக் குறுக்கு விசாரணை செய்கிறீர்களா? கவர்னருக்கு என் ஹோட்டலுடன் இருந்த தொடர்பை நான் மறைக்க வேண்டிய அவசியமில்லை. சில சமயங்களில் அவர் என்னுடைய விருந்தாளியாக ஹோட்டலுக்கு வருவார். அவருக்கு மிகப் பிடித்தமான உணவு: வறுத்த 'ஸாமன்' மீன். அவர் விரும்பிக் குடித்த பானம்: பிளம் பழத்திலிருந்து தயாரிக்கப்படுகிற பிராந்தி. இந்த பிராந்தியைத் தயாரிப்பது அரசாங்கத்தால் தடை செய்யப்பட்டிருந்தாலும், நான் அதை வேறு வழிகளில் கவர்னருக்காகத் தயார் செய்ய வேண்டிய கட்டாயம் எனக்கு இருந்தது.

மாணவன்: நான் அதைப் பற்றிக் கேட்கவில்லை: நீங்கள்தானே ஸாஸோன் இறந்துவிட்டார் என்பதை முதலில் கண்டு பிடித்தீர்கள்? நீங்கள்தானே முதன்முதலாகக் காவலாளியைக் கூப்பிட்டுக் கதவைத் திறந்துவிடச் சொன்னீர்கள்?

ஹோ. முதலாளி: *(பயத்துடனும் சந்தேகத்துடனும்)* நானா... முதலாவதாக? நானா?

டாக்டர்: நீங்கள்தான்! எனக்கு நன்றாக நினைவிருக்கிறது.

ஹோ. முதலாளி: டாக்டர்! உங்களிடம் எதையும் நிரூபிக்க வேண்டிய அவசியம் எனக்கில்லை. என்னுடைய விவகாரத்தில் நீங்கள் தலையிடக் கூடாது.

டாக்டர்: அந்தக் கொலையை முதலில் கண்டுபிடித்தது நீங்கள் தான்.

ஹோ. முதலாளி: இதற்கென்ன அர்த்தம்? குற்றத்தை முதலில் கண்டுபிடித்தவன்தான் குற்றவாளியாகவும் இருக்க வேண்டுமா?

டாக்டர்: எல்லாவிதமான விவரங்களையும் மீண்டும் நினைவுக்குக் கொண்டுவர வேண்டிய கட்டாய நிலையில் நாம் இருக்கிறோம். அப்படி நினைவுக்குக் கொண்டுவர வேண்டியதும் மிகவும் அவசியம்தான். நம்மில் ஒவ்வொருவரும் இதையே நம்பி இருக்கிறோம்.

ஹோ. முதலாளி: அதற்காக நீதிபதியின் வேலையை நீங்கள் செய்யத் தேவையில்லை.

கான்ஸல்: நண்பரே, நாம் ஒவ்வொருவரும் அதைத்தானே செய்துகொண்டிருக்கிறோம்! நாம் ஒவ்வொருவரும் ஒரு நீதிபதியின் கண்ணோட்டத்திலேயே மற்றவரைப் பார்க்கிறோம். எதிர்த் தரப்பு வக்கீலும் கோர்ட் எழுத்தரும் இல்லாத இப்படிப்பட்ட வழக்கில் ஒவ்வொருவனும் மற்றவர்களின் நீதிபதியாகச் செயல்பட முடியும் என்ற எண்ணத்தை நாம் ஏற்றுக்கொள்ள வேண்டும்.

மாணவன்: நீங்கள் கட்டிலருகில் உட்கார்ந்திருந்தீர்கள் என்பது உண்மையா?

ஹோ. முதலாளி: எனக்கு எப்படித் தெரியும்? இருக்கலாம்.

டாக்டர்: (எல்லா விபரங்களையும் கவனத்துடன் ஞாபகப் படுத்திச் சொல்வதுபோல்) எனக்குச் சந்தேகமே இல்லை. நாம் எல்லா விதமான முயற்சிகளையும் கையாண்டோம். காவலறையில் ஒரே நிசப்தம். எல்லோருமே களைப்பினால் தனிமைப்படுத்தப்பட்டிருந்தோம். அதன் பிறகுதான் ஒரு வினோதமான உள்ளுணர்வு நம்மிடம் பரவியது—தன்னுடைய கொள்கைப் பிடிப்பை நமக்காக விட்டுக்கொடுக்க

மறுத்துக் கட்டிலில் படுத்திருந்த மனிதனுக்கு ஏதோ ஆபத்து நேர்ந்துவிடும் என்ற உள்ளுணர்வு. அவன் கொலை செய்யப் படக்கூடும் என்பது எல்லோரிடமும் ஒரு பயத்தை உண் டாக்கியிருந்தது. ஆனால், ஒருவரிடம் மட்டும் அந்தப் பய மில்லை. அவர் மற்றவர்கள் விழித்து எழுவதற்கு முன்னே எழுந்து கம்பிக் கதவின் அருகில் நின்றுகொண்டிருந்தார். முதலில் அவர்தான் கூச்சலிட்டார்.

ஹோ. முதலாளி: நீங்கள் பொய் சொல்கிறீர்கள். நீங்கள் என்ன பேசுகிறீர்கள் என்று உங்களுக்கே தெரியவில்லை. நான் இது வரை எந்த விதமான குற்றமும் செய்ததில்லை. என்னைப் பார்த்தால் கொலைகாரன் போலவா தெரிகிறது?

டாக்டர்: நாங்கள் தரையில் படுத்திருக்கும்போது எல்லோருக் கும் முன்னதாகவே கதவுக்கு அருகில் நீங்கள் எழுந்து நின்று கொண்டிருந்தது எப்படி என்பதை விளக்க முடியுமா உங்க ளால்? கொலை நடந்துவிட்டதை நீங்கள் கண்டுபிடித்த தாகச் சொல்வதை நாங்கள் எப்படி நம்ப முடியும்?

ஹோ. முதலாளி: ஏதோ சத்தம் கேட்டது. முனகல் சத்தமும் காதில் விழுந்தது. முதலில் நான்தான் முனகுகிறேனோ என்று எண்ணினேன். பிறகு நான் குதித்து எழுந்தேன்...

டாக்டர்: என்ன நடந்துவிட்டது என்பது உடனே உங்களுக் குத் தெரிந்துவிட்டது, இல்லையா?

ஹோ. முதலாளி: இம்மாதிரியான விஷயங்களை ஒருவன் புரிந்துகொள்ள முடியும்; உணர முடியும்; பார்க்க முடியும்.

டாக்டர்: நீங்கள் பார்த்த பிறகோ அல்லது உணர்ந்த பிறகோ என்ன செய்தீர்கள்?

ஹோ. முதலாளி: அட கடவுளே! இம்மாதிரியான வேளையில் என்ன செய்ய முடியும்...?

டாக்டர்: நீங்கள் காவலாளியை அழைத்தீர்கள். கதவைத் திறக்கச் சொல்லிக் கேட்டுக்கொண்டீர்கள். அதாவது: நீங்

கள் உங்கள் செயலில் உறுதியாக இருந்தீர்கள். அவன் இறந்துவிட்டதை நிச்சயப்படுத்திக்கொள்ள வேண்டியது அவசியமில்லை என்று கருதினீர்கள்.

ஹோ. முதலாளி: முனகலைக் கேட்டு நான் கண்களைத் திறந்தேன். அப்போது யாரோ நகர்ந்து செல்வதுபோல் தெரிந்தது.

டாக்டர்: யாரோ நகர்ந்து செல்வது போலிருந்ததா? நகர்ந்து சென்றது யாராக இருக்கும்?

(ஹோட்டல் முதலாளி, நீதிபதியையே பார்க்கிறார்.)

ஹோ. முதலாளி: *(தயக்கத்துடன்)* உருவத் தோற்றத்தில் அவன்—நம்முடைய நீதிபதியைப் போல் இருந்தான்.

(மௌனம். ஆச்சரியம்.)

மாணவன்: அவன் என்னைப் போல் இருந்தானா அல்லது அது நான்தான் என்று சொல்ல விரும்புகிறீர்களா?

ஹோ. முதலாளி: நான் ஒன்றும் அப்படிச் சொல்லவில்லை...

(மௌனம். விவசாயி முன்னே வருகிறான். கையை நீட்டிக் கொண்டு முன்னே வருகிறான்.)

விவசாயி: நான் சொல்வதைக் கேளுங்கள், ஐயா! உங்களுடைய முயற்சி எதுவும் பலன் அளிக்காது. குற்றவாளியை நீங்கள் கண்டுபிடிக்க முடியாது. கட்டாந்தரையில் மீன் பிடிக்க முடியாது. என் காவல் நேரத்தில் நான்தான் கொலை செய்தேன்.

லாரி ஓட்டி: அவசரப்படாதே! உன் முறை வரும்வரை காத்திரு.

மாணவன்: நீங்கள் சொன்னதை மீண்டும் ஒருமுறை திரும்பச் சொல்லுங்கள். யார் அப்போது நகர்ந்து சென்றது? யாரை நீங்கள் குறிப்பிடுகிறீர்களோ, அவர் கண்டிப்பாகத் தண்டிக்கப்படுவார்.

ஹோ. முதலாளி: எனக்குத் தெரியாது—நான் எதையும் நிச்சயமாகச் சொல்ல முடியாது—நிச்சயமாக நானில்லை. நான்

அந்தக் கொலையைச் செய்யவில்லை என்று மட்டும்தான் என்னால் கூற முடியும். இதோ, என் கைகளைப் பாருங்கள்.

(மாணவன் தன் பையிலிருந்து ஒரு துப்பாக்கியை எடுத்து, அதைச் சுடுவதற்கான நிலையில் தோட்டாக்களைப் போட்டு எல்லோருக்கும் அருகில் சென்று, பிறகு துப்பாக்கியை மேஜைமீது வைக்கிறான்.)

மாணவன்: உங்கள் கையில் எதைப் பார்க்க வேண்டும் நான்? உங்கள் குற்றமற்ற தன்மையையா? இதோ துப்பாக்கி!

ஹோ. முதலாளி: எதற்காக? இந்தத் துப்பாக்கியை வைத்துக் கொண்டு நான் என்ன செய்ய வேண்டும்? நான்...

மாணவன்: கொலைகாரனை அடையாளம் கண்டுகொண்டதாக நீங்கள் நினைத்தால், உடனே அவனைச் சுட்டுத் தள்ளுங்கள். அதனால் உங்களுக்கு ஒன்றும் நேராது. அந்தக் கொலைகாரன் நானே என்று நினைத்தால்கூட நீங்கள் வித்தியாசம் பார்க்க வேண்டாம். உங்கள் துப்பாக்கி வெடிப்பது மற்றவர்களைக் காப்பாற்ற உதவும். *(மௌனம்.)* எல்லோர் முகத்தையும் கூர்ந்து கவனியுங்கள். சுற்றிப் போய் நன்றாகப் பாருங்கள். நீங்கள் தேடிய மனிதனைக் கண்டுபிடித்த உடனேயே அவனைச் சுட்டுவிடுங்கள்.

ஹோ. முதலாளி: *(கலவரத்துடன், பயத்துடன்)* என்னால் முடியாது. நான் இதுவரை துப்பாக்கியைக் கையில் எடுத்தது கூடக் கிடையாது.

விவசாயி: அதை என்னிடம் கொடுங்கள் ஐயா!

(மாணவன் விவசாயியைத் தடுத்து அவன் இடத்துக்குச் செல்லக் கண்களாலேயே உத்தரவிடுகிறான்.)

மாணவன்: எல்லோரையும் எடைபோடுங்கள், நீங்கள்தான் நீதிபதி என்று நினைத்துக்கொண்டு. இங்குள்ள எல்லோருடைய குற்றத்தையும் எடைபோடுங்கள். பிறகு தண்டனையை நிறைவேற்றுங்கள்.

(ஹோட்டல் முதலாளி மேலும் கலவரமடைகிறார்.)

ஹோ. முதலாளி: நான் சொன்னது ஒருக்கால் தவறாக இருக்கலாம் அல்லவா?

கான்ஸல்: உங்களைப் பாதுகாக்க, பாவமன்னிப்பு ஏற்கனவே உங்களுக்கு அளிக்கப்பட்டுவிட்டது. நீதி தவறாக வழங்கப்பட்டாலும், இந்தப் பாவமன்னிப்பு செல்லுபடியாகும்... எல்லோருமே உங்களுக்கு அசைக்க முடியாத சாட்சிகளாக இருக்கிறோம்.

விவசாயி: ஏன் நீங்கள் அந்த வேலையை என்னிடம் கொடுக்க மறுக்கிறீர்கள்? குற்றவாளி யார் என்று எனக்கு நன்றாகவே தெரியும். இப்படி வேறுபாடு காட்டினால் நீதி எங்கே கிடைக்கும்? துப்பாக்கியை என்னிடம் கொடுங்கள்.

லாரி ஓட்டி: இன்னுமா உனக்குப் புரியவில்லை. இங்கு வரிசைப் படிதான் எல்லாம் நடக்கும்.

(மாணவன் துப்பாக்கியை எடுத்து மீண்டும் பையில் வைத்துக்கொள்கிறான்.)

மாணவன்: உங்களுக்காக இதைவிட மேலாக வேறு எதுவும் நான் செய்ய முடியாது.

ஹோ. முதலாளி: எனக்குப் புரிகிறது. என்னை மன்னித்து விடுங்கள். நிச்சயமாக நான் சொன்னதெல்லாம் தவறுதான்.

கான்ஸல்: அதனாலென்ன? தவற்றின் பின்விளைவுகளைப் பற்றி ஏன் பயப்படுகிறீர்கள்? தவறுதான் மிகப் பெரிய ஆசான். மேலும், மிகப் பெரிய கண்டுபிடிப்பாளனும்கூட. ஒவ்வொரு கண்ணியமான மனிதனும் தவறு செய்யத் தயாராக இருக்க வேண்டும். தியாகிகளும் கடவுள்களும் மட்டுமே தவறே புரியாத இனத்தைச் சேர்ந்தவர்கள்... எந்த நிலைக்கு நீங்கள் வந்துவிட்டீர்கள் என்பதை நாங்கள் உணர முடிகிறது.

ஹோ. முதலாளி: *(எரிச்சலுடன்)* என்னை அமைதியாயிருக்க விட்டுவிடுங்கள்.

கான்ஸல்: என்ன பரிதாபம்! அமைதியின்மைக்கான சாத்தியக் கூறுகளைப் பற்றித்தான் உங்கள் கவனத்தைத் திருப்ப நினைத்தேன். எப்படியானாலும் நம் நீதிபதி நாம் சொல்லு வதை மேலும் கேட்டால் மகிழ்ச்சியடைய மாட்டார் என்றே நான் அஞ்சுகிறேன்.

மாணவன்: மகிழ்ச்சியாக இருப்பது என்பது ஒரு நீதிபதியின் வேலை அல்ல.

கான்ஸல்: உண்மையாகவா?

மாணவன்: ஒரு நீதிபதியை மகிழ்ச்சியான மனிதனாக நினைப் பது மிக மோசமான கற்பனையாகும். நீதிபதிகளாகப் பணி யாற்றுவதில் உள்ள ஆகக் குறைந்த மகிழ்ச்சிபோல் துன்பம் உலகில் வேறு எந்தப் பணியிலும் இல்லை.

(மௌனம்.)

வங்கி அதிகாரி: இதுவரை நாம் கொஞ்சம்கூட முன்னேற வில்லை. எந்த ஆதாரமும் இல்லை. எதுவும் உறுதிப்படவு மில்லை. குற்றம் எல்லோர் மீதும் பரவுகிறது.

மாணவன்: அப்படி நினைப்பதால் அதன் முக்கியத்துவம் குறையப் போவதில்லை. விகிதாச்சார அடிப்படையில் குற்றத்தை அளந்து பார்க்க முடியாது.

வங்கி அதிகாரி: எப்படிப் பார்த்தாலும் நாம்—நான் சொல்ல வருவது—ஏதாவது ஒரு கணக்குக்கு வரத்தான் வேண்டும். ஏதாவது ஒரு முடிவு எடுக்கப்பட வேண்டும். ஒரு லாப நஷ்டக் கணக்கு.

கான்ஸல்: அதைப் பற்றி நான் கவலைப்படவில்லை. கணக்குத் தீர்க்க யாராவது கிடைக்காமலா போகப் போகிறார்கள்!

இஞ்சினியர்: (பெருமூச்சுடன்) நீங்கள் வெட்டிப் பேச்சை நிறுத்தினால் நம் எல்லோருக்குமே நன்மையாயிருக்கும் என்று நான் எண்ணுகிறேன்.

கான்ஸல்: பேசுவது எனக்கு மிகவும் விருப்பமானது என்பதை நான் ஒப்புக்கொள்கிறேன். ஆனால், மௌனத்தில் விலை மதிப்பற்ற புத்திசாலித்தனம் மட்டும் வெளிப்படும் என்பதில்லை. முட்டாள்தனத்தையும் மறைக்க உதவுகிறது; முட்டாள்தனத்தையும், அத்துடன் எதுபற்றியும் அபிப் பிராயமற்ற தன்மையையும்.

இஞ்சினியர்: நீங்கள் எப்படிப்பட்ட மனிதர் என்று உங்க ளுக்குத் தெரிகிறதா?

கான்ஸல்: அதைப் பற்றிய ஒவ்வொரு விவரத்திற்கும் நான் உங்களுக்குக் கடமைப்பட்டவனாக இருப்பேன்.

இஞ்சினியர்: ஒரு அகம்பாவக்காரர்; ஒரு கீழ்த்தரமானவர்; ஒரு கோமாளி.

கான்ஸல்: இவை எல்லாமே சேர்ந்தா? நீங்கள் எனக்கு மிகவும் செல்லம் கொடுத்துக் கெடுக்கிறீர்கள். பரவாயில்லை. அப் போது அந்த அறையில் நீங்கள் ஏன் அவ்வளவு பலாத் காரமான முறையில் அந்த மனிதனை விசாரணை செய் தீர்கள் என்று தயவுகூர்ந்து எங்களுக்குச் சொல்கிறீர்களா? உங்களைப் போன்று அவ்வளவு கடுமையாக யாருமே அவ னிடம் நடந்துகொள்ளவில்லை என்று நான் நினைக்கிறேன்.

இஞ்சினியர்: உங்களுக்குப் பதில் கூறுவேன் என்று கற்பனை யிலும் நினைக்க வேண்டாம்.

மாணவன்: நீங்கள் ஒரு இஞ்சினியர், இல்லையா?

இஞ்சினியர்: ஆமாம். பல்கலைக்கழகத்தில் டிப்ளமா பட்டம் படித்த இஞ்சினியர்.

மாணவன்: பதினோரு ஆண்டுகளுக்கு முன்பு ஒரு வழக்கில் நீங்கள் சிக்கியிருந்தீர்கள். அதுவும் உண்மைதானே?

இஞ்சினியர்: ஆமாம். ஆனால், அந்த வழக்குக்கும் இதற்கும் என்ன சம்பந்தம்?

மாணவன்: அப்போது அணைக்கட்டுகள் கட்டப்பட்டபோது நீங்கள் ஒரு விமானம் வாங்கினீர்கள். விமானத்திலிருந்து புகைப்படங்கள் எடுப்பதற்காக ஒரு விமானியையும் அமர்த்தினீர்கள்.

இஞ்சினியர்: அது ஒரு நடைமுறைப் பழக்கம்தான்.

மாணவன்: விமானத்திற்கான இன்ஷ்யூரன்ஸ் தொகை அதிகரிக்கப்பட்ட பதினான்கு நாள்களுக்குப் பிறகு விமானம் விபத்துக்குள்ளாகியது; நீங்கள் இன்ஷ்யூரன்ஸ் தொகையை முழுமையாக வாங்கிக்கொண்டீர்கள்.

இஞ்சினியர்: நான் நிரபராதி என்று தீர்ப்பளிக்கப்பட்டேன்.

மாணவன்: நீங்கள் குற்றமற்றவர் என்பதால் அல்ல; சாட்சியங்கள் இல்லாத குறையினால்.

இஞ்சினியர்: எதற்காக இந்தப் பழைய கதையைக் கிளப்புகிறீர்கள்? இந்தக் கதையைக் கூறுவதன் வாயிலாக நான் கொலையும் செய்யக்கூடியவன் என்று சொல்லாமல் சொல்வதற்கா? அது முறையான நீதிமன்றம்; என்னை விடுதலை செய்தவர் தொழில்முறை நீதிபதி.

மாணவன்: அன்றைய நீதிபதி ஒருவர் பிறகு உயர்நீதிமன்றத் தலைமை நீதிபதியாகப் பதவி உயர்வு பெற்றார்.

இஞ்சினியர்: அதைப் பற்றி எனக்கு ஒன்றும் தெரியாது.

கான்ஸல்: அன்று உங்களுக்குக் காவலிலிருந்து வெளியேற வேண்டும் என்ற எண்ணமே இருந்திருக்க முடியாது.

(மௌனம்.)

மாணவன்: பதில் சொல்லுங்கள்.

கான்ஸல்: நான் சொல்வது சரியென்றால் நீங்கள் அன்று குறைபட்டுக்கொண்டதெல்லாம் உங்கள் தாகத்தைப் பற்றித்

தான். அன்று கடுமையான வெப்பம் என்பது மறுக்க முடியாதது. கவர்னருக்குத் திருப்தி அளிக்கும் வகையில் நாம் நமக்குக் கொடுக்கப்பட்ட வேலையைச் செய்து முடித்தால் தான் குடிக்க ஏதாவது கிடைக்க வாய்ப்பு இருந்தது என்றும் நமக்குச் சொல்லப்பட்டது.

இஞ்சினியர்: என்னுடைய தாகத்தைத் தணித்துக்கொள்ளக் கொலை செய்யவும் தயங்கமாட்டேன் என்று உங்களைப் போன்ற ஒரு கோமாளி நினைக்க முடியும்.

கான்ஸல்: நான் அப்படி எதுவும் சொல்லவில்லை. நான் சொல்ல வந்தது எவ்வளவு சரி என்று நிர்ணயிக்க முயலுகிறேன். மற்ற எல்லோரையும்விட அதிகமான தாகத்தால் தவித் தீர்கள் நீங்கள். பிறகு அந்த இளைஞனின் மரணம். பிறகு அந்தத் தேர்வுக்கூடத்திலிருந்து நமக்கு விடுதலை. பிறகு நீங்கள் வெகு விரைவாக நதிக் கரையில் உள்ள மிதக்கும் ரெஸ்டாரன்ட் ஒன்றை நோக்கிப் போனீர்கள். வாசலி லேயே, ஓடிக்கொண்டே ஓட்டல் பணியாளை அழைத்து உங்களுக்கு வேண்டியதைத் தெரிவித்தீர்கள். அதன்பின் குறைந்தது நான்கு மணி நேரமாவது அங்கு இருந்தீர்கள்.

இஞ்சினியர்: அருமையிலும் அருமை! உங்களுடைய புத்திக் கூர்மையை நான் இப்போது பாராட்ட வேண்டும் என்று எதிர்பார்க்கிறீர்களா?

கான்ஸல்: அப்படி ஏதுமில்லை. தயவுசெய்து ஒன்றைத் தெளிவு படுத்துங்கள். ரெஸ்டாரன்டை விட்டு வெளியேறிய பின் எங்கு சென்றீர்கள்? ஒருக்கால் நேராக உங்கள் வீட்டுக்கா?

இஞ்சினியர்: உங்களுக்கு ஒரு உபகாரம் செய்வதாக நினைத் துக் கூறுகிறேன்: ஆமாம்! ஆமாம்! நான் வீட்டுக்குத்தான் போனேன்.

கான்ஸல்: நிச்சயமாகவா?

இஞ்சினியர்: நிச்சயமாகத்தான்.

கான்ஸல்: அப்படியென்றால் உங்கள் அனுமதியின் பேரில் நான் உண்மையைச் சொல்ல வேண்டும்: நீங்கள் சென்றதாக ஒப்புக்கொண்ட மிதக்கும் ரெஸ்டாரன்ட் ஐந்து ஆண்டுகளுக்கு முன்பே இழுத்து மூடப்பட்டுவிட்டது. நான் என் பணத்தை அதில் முதலீடு செய்ததை முட்டாள்தனம் என்றுதான் சொல்வேன். ஆகவே என்னுடைய மிதக்கும் கனவு உபயோகமற்றுக் கவிழ்ந்துவிட்டது என்பதும் எனக்கு நன்றாகவே தெரியும். முடிவாகச் சொல்ல வேண்டும் என்றால், இல்லாத ஒரு ரெஸ்டாரன்டில் நீங்கள் நான்கு மணி நேரத்தைக் கழித்திருக்கிறீர்கள்.

இஞ்சினியர்: அது வேறு ஒரு ரெஸ்டாரன்டாகவும் இருக்கலாம் அல்லவா? எந்த ரெஸ்டாரன்ட் என்பது அவ்வளவு முக்கியமானதா என்ன?

கான்ஸல்: நீங்கள் சிறையிலிருந்து நேராகப் போன இடம் ஒரு ரெஸ்டாரன்ட் இல்லை என்றால்?

இஞ்சினியர்: (கேள்வியின் உட்கருத்தைச் சரியாகப் புரிந்து கொள்ளாமல்) நீங்கள் காவல் துறையில் பணிபுரியத் தகுந்தவர். அதற்கான அபூர்வமான திறமைகள் உங்களிடம் இருக்கின்றன.

கான்ஸல்: என்னிடம் தேவைக்கு அதிகமான திறமைகள் உள்ளன. ஆனால், தெளிவான அடிப்படைக் கொள்கைகள் என்று எனக்கு ஒன்றுமே கிடையாது என்பதுதான் எப்போதும் நான் என்னைப் பற்றி வருந்தும் விஷயம். இவ்வாறான ஆட்கள் காவல்துறைக்குப் பொருத்தமற்றவர்கள். மேலும், ஒரு தவறு செய்த பின்பு அந்தத் தவற்றை ஒப்புக்கொள்ள நான் எப்போதும் தயங்குவது இல்லை. காவல் துறையில் வேலை செய்பவர்களுக்கு இம்மாதிரியான மனப் பான்மை இருக்கக் கூடாது. எனினும், நான் உங்கள் அனுமதியுடன் கேட்கிறேன். நீங்கள் எந்த ரெஸ்டாரன்டுக்குப் போனீர்கள்?

இஞ்சினியர்: *(சந்தேகப் பார்வையுடன்)* ஏன்? உங்கள் எண்ணம்தான் என்ன? எல்லா ரெஸ்டாரன்டுகளைப் போல அதுவும் ஒன்று...

கான்ஸல்: *(பிறரைவிடத் தான் உயர்ந்தவன் என்ற அடிப்படையில் எழும் கேலியுடன்)* நீங்கள் அதை மறந்து போயிருக்கலாம். உங்களுடைய ஜாக்கிரதையான பதிலே உங்கள் மறதிக்கு அடையாளம். நீங்கள் சென்ற இடம் பாதுகாப்புக் காவல் துறையின் அலுவலகம்; கவர்னரின் மாளிகைக்குப் பக்கத்தில்; அங்கே ஒரு போலீஸ் அதிகாரி உங்களிடம் ஏதோ சொன்னார். நீங்கள் அவரைத் தொடர்ந்து அலுவலகத்துக்குள் சென்றீர்கள். உங்கள் ஞாபகசக்திக்கு உயிரூட்டும் இதே வேளையில் அதற்காக மேலும் ஒரு விவரத்தைக் கூற விரும்புகிறேன். கவர்னரைச் சுட்டுக் கொல்வதில் வெற்றி அடையவில்லை என்றாலும், சுட்டுக் கொல்லப்பட்ட மெய்க்காப்பாளர்களில் ஒருவன் **உங்கள் சகோதரன்.** அன்று கட்டிலில் படுத்திருந்த அந்த மனிதன் உங்கள் சகோதரனைக் கொலை செய்தவன்.

(ஆச்சரியம், நம்பமுடியவில்லையே என்ற உணர்ச்சி. மற்றவர்கள் அங்கும் இங்குமாகப் போகிறார்கள்.)

லாரி ஓட்டி: அவர் சொல்வது எல்லாம் சரியா? நிச்சயமாக உண்மைதானா?

கான்ஸல்: நீங்களே அதை உறுதிப்படுத்திக்கொள்ள முடியும்.

லாரி ஓட்டி: அப்படியென்றால் நாம் அவனைக் கண்டுபிடித்து விட்டோம்.

கான்ஸல்: யாரை மனதில் வைத்துக்கொண்டு இப்படிச் சொல்கிறீர்கள்?

லாரி ஓட்டி: நாம் தேடிக்கொண்டிருக்கும் குற்றவாளியை. தன் சகோதரனின் மரணத்துக்கு வஞ்சம் தீர்த்துக்கொள்ள

அன்று அந்த அறையில் அந்தக் கொலைகாரனைக் கொலை செய்த குற்றவாளியை.

கான்ஸல்: மன்னிக்க வேண்டும். நீங்கள் கூறும் முடிவு, எல்லோர் மனதிலும் உடனே எழக்கூடிய மிகச் சுலபமான முடிவு. எனவேதான் இம்முடிவு தவறானது. எவன் நியாயத்தை நிலைநாட்ட முயலுகிறானோ, அவன் சிக்கல் நிறைந்த எண்ணப் பாதையில் செல்ல வேண்டும்.

லாரி ஓட்டி: என்னைப் பொறுத்தவரையில் எல்லாமே தெள்ளத் தெளிவாகிவிட்டது.

கான்ஸல்: அருமை இஞ்சினியர் அவர்களே! உங்கள் குற்றமற்ற தன்மையை நீங்கள் புதிதாக நிலைநாட்டிக் கொண்டதற்காக உங்களுக்கு வாழ்த்துக்கூற எனக்கு எந்த விதமான காரணமும் இருப்பதாகத் தெரியவில்லை.

(இஞ்சினியர் பொறிகலங்கிய நிலையிலிருக்கிறார்; பேச்சில் நடுக்கம், தான் நிரபராதி என்று மற்றவர்களை இனியும் நம்பவைக்க எந்த விதமான வழியும் அவருக்குத் தெரியவில்லை.)

இஞ்சினியர்: நீங்கள் என்னை நம்ப வேண்டும்... நான் சொல்வது எல்லாம் உண்மை... ஆமாம்... எனக்கு ஒரு சகோதரன் இருந்தான்... அவன் ரகசிய போலீஸில் சேரும்வரை அவன் என் வீட்டில்தான் இருந்தான்... அதன் பின் எனக்கு ஒரு சகோதரன் இருக்கிறான் என்பதை மறந்துவிட்டேன்... அவன் கடிதங்களுக்குப் பதிலே போடாமல் இருந்தேன்... அவன் என் வீட்டுக்கு வரும்போதெல்லாம் நான் வெளியூர் சென்றுவிடுவேன்... அவனைப் பற்றி எதுவுமே நான் விசாரித்ததில்லை... காலப்போக்கில் அவன் மெய்க்காப்பாளனாகச் செய்த வேலைகளைப் பற்றிய சில விவரங்களைத் தெரிந்துகொண்டேன்... நான் என்ன செய்வது... அவனை மறந்ததன் மூலம் என்னுடைய வெறுப்பைக் காட்டிக்கொண்டேன்... நீங்கள் என்னை நம்ப வேண்டும்.

லாரி ஓட்டி: அன்று சிறையில் இருந்தபோதே, அவன் உங்கள் சகோதரனைச் சுட்டுக்கொன்றவன் என்ற விஷயம் உங்களுக்குத் தெரியுமா?

இஞ்சினியர்: இல்லை! இல்லை! எனக்கு அப்போது ஒன்றும் தெரியாது... நான் சத்தியம் செய்து சொல்கிறேன்... அன்று காவலறையிலிருந்து வெளியே வந்தபோது, வெளியே காத்திருந்த என் சகோதரனின் நண்பன் ஒருவன் என்னிடம் சொன்னான்... அவன் என்னை ரகசிய போலீஸ் அலுவலகத்திற்கு அழைத்துச் சென்றான். அவர்கள் என்னிடம் ஒப்படைக்க விரும்பிய, என் சகோதரனுடைய உடமைகள் அங்குதான் இருந்தன. எதையும் எடுத்துச் செல்ல நான் மறுத்தேன்... தயவுசெய்து என்னை நீங்கள் நம்ப வேண்டும்.

லாரி ஓட்டி: 'நம்ப வேண்டும்' என்பது நல்லதுதான். எங்களால் முடியவில்லை என்றால்?

இஞ்சினியர்: வேறு எப்படி நான் நிரூபிக்க முடியும்... கட்டிலில் படுத்திருந்த இளைஞன்தான் என் சகோதரனைச் சுட்டுக் கொன்றவன் என்ற உண்மை அன்று காவலில் இருந்தபோது எனக்குத் தெரியாது... அப்படி ஒருக்கால் நான் தெரிந்துகொண்டிருந்தாலும் என் சகோதரனின் செயல்களுக்கு நான் பொறுப்பல்ல. மற்றவர்களின் செயல்களுக்கு நாம் எப்படிப் பொறுப்பேற்க முடியும்?

மாணவன்: அதை நாங்கள் ஏற்கிறோம். எவன் ஒருவன் பிறர் குற்றங்களை அறிந்தும் வாழ முடிவெடுக்கிறானோ அவன் எல்லாவற்றுக்கும் பொறுப்பேற்க வேண்டும் என்ற விதிமுறைக்கு அடிபணியும்போதுதான் அந்த முடிவை எடுக்க முடியும். ஒன்று தன் பொறுப்பை உணர்வது அல்லது மரணம். இவ்வாறான வழிகளில்தான் அவன் தன் நிலையை நியாயப்படுத்திக்கொள்ள முடியும்.

இஞ்சினியர்: ஆனால், நான் அவனுக்கு எதிராக என்ன செய்திருக்க முடியும்? நான் தனியாளாக!

மாணவன்: எல்லோருமே இந்தக் கேள்வியைத்தான் கேட்கிறார்கள். பெரும்பான்மையினரின் ஒத்துழைப்பு இருந்தால்தான் எதுவும் செய்ய முடியும் என்று இவர்கள் எண்ணுகிறார்கள். செயல்படுவதற்குத் தங்களைச் சுற்றிலும் குரல்களும் மனிதர்களும் இவர்களுக்குத் தேவையாக இருக்கிறது. மனச்சுமையை இறக்கிவைக்கவும், உறுதி கூறவும் மக்கள் கூட்டம் பெரிய எண்ணிக்கையில் தேவைப்படுகிறது. ஆனால், எவன் ஒருவன் மனிதகுலத்துக்காகத் தன்னை அர்ப்பணிக்க நினைக்கிறானோ அவன் தனிமனிதனாகத்தான் செயல்பட வேண்டும். ஒன்று, அவன் எதிர்த்துச் செயல்பட வேண்டும், அல்லது தன்னையே தியாகம் செய்துகொள்ளத் தயாராக இருக்க வேண்டும்; அதாவது கட்சிகள், கழகங்கள் எழுப்பும் வழக்கமான ஆட்சேபணை, போராட்டங்கள்போல் அல்லாமல்—ஒரு சிறுபான்மையினரின் நலனுக்காக அல்ல, எல்லோருடைய வாழ்க்கையின் நலனுக்காக—தனிமனிதன் ஒருவனே போராட வேண்டும்.

கான்ஸல்: அப்பழுக்கற்ற பேச்சு! நீங்கள் சொல்வதைக் கிட்டத்தட்ட அப்படியே ஒப்புக்கொள்ள வேண்டும் என்றே தோன்றுகிறது. ஆனால், மனித வர்க்கத்தைச் சேர்ந்த எல்லோருக்காகவும் பேசுவதற்குரிய வீரம் எனக்கில்லை. யார் நீங்கள் கூறும் இந்த 'எல்லோரும்'? இந்த 'எல்லோருமே' என் செயலை விரும்புகிறார்களா? என் செயலை அவர்கள் புரிந்துகொள்ள முடியுமா?

மாணவன்: ஒருக்கால் என்றாவது ஒருநாள் ஏற்படப்போகும் நல்ல முன்னேற்றங்களை மட்டுமே அவர்கள் புரிந்துகொள்ள முடியும்.

கான்ஸல்: அப்படியானால் நான் வேறு எந்த விதமான ஆலோசனையும் கூற முடியாது. ஏனென்றால் எவன் ஒருவன்

'மனித குலத்தின் பெயரால் செயல்படுகிறேன்' என்று சொல்கிறானோ அவன், ஒன்று தனக்குத்தான் எல்லாம் தெரியும் என்ற திமிர்பிடித்தவன், அல்லது ஒன்றுமே தெரியாத அப்பாவி என்று எனக்குத் தோன்றுகிறது. தர்க்க ரீதியில் ஒப்புக்கொள்ளக்கூடிய வாதம் இப்போது தேவை என்பது என் கட்சி.

(இஞ்சினியர் ஒவ்வொருவரிடமும் சென்று வேண்டுகிறார்.)

இஞ்சினியர்: நான் சொல்வதை நம்புங்கள்... என் சகோதரன் ரகசிய போலீசில் சேர்ந்த நாளிலிருந்தே நான் அவனை மறந்துவிட்டேன்... அதன்பின் நான் ஒருமுறைகூட அவனுடன் பேசியதில்லை.

லாரி ஓட்டி: ஒன்றும் கதை அளக்க வேண்டாம்!

மாணவன்: அவர் கூறியது ஒன்றும் கதையல்ல. அவர் சொன்னதை நாம் முழுமனதுடன் ஏற்றுக்கொள்ளலாம். அவருடைய சகோதரனைப் பற்றியும், அவன் செய்த காரியங்களைப் பற்றியும் எனக்குத் தெரியும். அவன் செய்தவை எல்லாம் வெறுக்கத்தக்க செயல்கள்.

(குற்றவாளி அகப்பட்டுக்கொண்டான் என்று நினைத்துக் கொண்டு இருந்த மற்றவர்களுக்கு இனி என்ன செய்வது என்று அறியாத நிலை.)

லாரி ஓட்டி: இங்கு நடப்பது எதுவுமே எனக்குப் புரியவில்லை.

கான்ஸல்: அது உங்கள் தவறு. எதையும் நன்றாகப் புரிந்துகொள்ள வேண்டுமானால், அதைப் பற்றிய எதிர்பார்ப்புகள் குறைந்த அளவிலேயே இருக்க வேண்டும். நீங்கள் அளவுக்கு மேல் எதிர்பார்த்துவிட்டீர்கள்.

*(விவசாயி தானாகவே, தயாரான நிலையில்; தேவையின் காரணமாக அவசரமாக நன்றாக யோசித்து முடிவுக்கு வந்து தன்னையே குற்றவாளி என்று தியாகம் செய்யத் தயாராக; தன் முறைதான் கடைசிமுறை என்றும் மற்றவர் எல்லோரும் அவன் சொல்வதைக் கேட்டுத்தான் ஆக வேண்

டும் என்றும் அவனுக்குத் தெரியும். நீதிபதியின் பக்கம் திரும்பி)

விவசாயி: இப்போது என் முறை, ஐயா. நான்தான் கடைசியாக விசாரிக்கப்பட வேண்டியவன். நான் சொல்வதை நீங்கள் கேட்டுத்தான் ஆக வேண்டும். நடந்தது என்ன என்ற உண்மையைக் கூற, என் முறை வரும்வரையில் நான் பொறுமையாகக் காத்திருந்தேன். கட்டிலில் இருந்த அவரைப் பாதுகாக்க நீங்களும் நானும், நாம் எல்லோருமே திட்டம் போட்டோம். நான் காவலை மேற்கொண்டேன்.

மாணவன்: நீ என் பக்கத்தில் படுத்திருந்தாய். நீ எழுந்து சென்றிருந்தால், நான் அதைக் கவனித்திருக்க முடியும்.

விவசாயி: நீங்கள் அதைக் கவனித்திருக்க முடியாது, ஐயா. நீங்கள் தூக்கத்தில் ஆழ்ந்த அந்தக் கொஞ்ச நேரத்தில் அது நடந்துவிட்டது. நான் எழுந்து செல்வதற்கு முன் நான் எல்லோருடைய முகங்களையும் கவனித்தேன். இதோ பாருங்கள், நான் எப்படி எழுந்து சென்றேன் என்று காட்டுகிறேன். (தரையில் படுத்து, பிறகு எந்த விதமான சப்தமும் செய்யாமல் எழுந்து நின்று, வெற்றிப் பெருமிதத்துடன் மாணவனைப் பார்க்கிறான்.) ஏதாவது சப்தம் உங்களுக்குக் கேட்டதா? அப்படித்தான் அன்று மெதுவாக, எந்த விதச் சப்தமும் செய்யாமல் எழுந்தேன்; உங்கள் முகங்கள் என் பார்வையிலிருந்து விலகாமல் பார்த்துக்கொண்டிருந்தேன்.

மாணவன்: நீ மேலும் சொல்லப்போவதைக் கேட்கத் தேவையில்லை. மிகுதியான கற்பனைத்திறன் உள்ளவன்...

வங்கி அதிகாரி: அவரைப் பேசவிடுங்கள்!

ஹோ. முதலாளி: (அருகில் சென்று) எனக்கு மிகவும் ஆவலாயிருக்கிறது. இதுவரை நாம் தேடினோம். நம்மை நாமே துன்புறுத்திக் கொண்டோம். நாம் தேடியது இப்போது தானாகவே நம்மிடம் வருகிறது.

டாக்டர்: ஆமாம்! அவர் மேலும் பேச வேண்டும்.

(மௌனம்.)

விவசாயி: (திருப்தியுடன்) நான் எழுந்து நின்றேன்; பிறகு கட்டிலின் அருகில் சென்றேன், வெறுங்கால்களுடன். உங்க ளுக்கு எந்த ஓசையும் கேட்டிருக்காது.

வங்கி அதிகாரி: அதன்பின் என்ன நடந்தது?

விவசாயி: அவர் தூங்கவில்லை. ஆடாமல் அசையாமல் படுத் துக்கொண்டே என்னைப் பார்த்தார். நான் என்ன செய்யப் போகிறேன் என்பதை அவர் உடனே புரிந்துகொண்டார்... அவரை நோக்கிக் கைகளை நீட்டி அவர் முன் நின்றபோது, அவர் கண்களில் எந்த விதமான பயத்தையும் நான் காண முடியவில்லை. ஆனால், பிறகு என் கைகள் அவர் குரல் வளையை நெரித்தபோது அவருடைய உடல் கனத்தை யெல்லாம் என் கைகளில் உணர முடிந்தது... அவர் உடலில் ஓடிய கடைசி சக்தி ஒரு கணம் அவரை நிமிர்த்தி எழுப் பியது. அவர் மார்பில் ஓங்கிக் குத்தி அவரை மீண்டும் அழுத்திப் பிடித்துக்கொண்டேன். கொஞ்சம்கொஞ்சமாக அவர் சக்தி, கோடைக்காலத்து நீரோடைபோல் வற்றியதை உணர முடிந்தது. அப்போது என் காவல் நேரம்... உங்க ளுக்கு உதவி செய்வதற்காக நான் அவரைக் கொன்றேன்.

(அமைதியின்மை, எல்லோரும் நெருக்கியடித்துக்கொண்டு விவசாயியின் அருகில் செல்கிறார்கள்.)

மாணவன்: காவல் நேரத்தில் நீ தூங்கிவிட்டதாகவும், அப் போதுதான் அந்தக் கொலை நடந்ததாகவும் முதலில் நீ சொன்னாய். நீ மிகுந்த களைப்பால் சோர்ந்து போயிருந்த தால் உன் வேலையைச் செய்ய முடியவில்லை. அதனால் தான் அவர் கொலை செய்யப்பட்டார்.

விவசாயி: *(மிக்க ஏமாற்றத்துடன்)* என் எல்லாக் குற்றங்களையும் மனப்பூர்வமாக ஏற்றுக்கொள்கிறேன். இதைத் தவிர வேறு என்ன நான் செய்ய வேண்டும்?

வங்கி அதிகாரி: நம்பவே முடியவில்லையே!

மாணவன்: எனினும் அவர் சொல்வதைப் பற்றி எனக்கு இன்னும் சந்தேகம் இருக்கிறது.

ஹோ. முதலாளி: *(சற்று அவசரத்துடன்)* எதற்காக இந்த வீண் சந்தேகம்! அவரே தன் குற்றத்தை ஒப்புக்கொள்கிறார். அதற்கான எல்லா விதமான பொறுப்பையும் அவரே ஏற்றுக்கொள்கிறார். அவர் ஒருவர் மட்டும்தான் தன்னுடைய குற்றமற்ற தன்மையைப் பற்றி ஒன்றும் சொல்லவில்லை.

கான்ஸல்: குற்றத்திற்கான பொறுப்பை ஏற்றுக்கொள்பவன் குற்றவாளியாக இருக்க வேண்டிய அவசியமில்லை.

மாணவன்: ஒரு கொடிய செயலைச் செய்தவனின் மனதில் ஏற்படுவதைவிட, அதைச் சும்மா பார்த்துக்கொண்டிருந்தவனின் மனதில் அதிக அளவு மனவேதனையை உண்டாக்கும் குற்றங்களும் இவ்வுலகில் உண்டு.

விவசாயி: நான்தான் அதைச் செய்தது. நான் மட்டும்தான். நான் சொல்வதை நம்புங்கள். நீங்கள் நம்புவதற்கு நான் மேலும் என்ன செய்ய வேண்டும்?

ஹோ. முதலாளி: ஒன்றும் தேவையில்லை. *(மற்றவர்களை நோக்கி)* நாம் எல்லோரும் அவர் சொன்னதைக் கேட்டோம். இது முடிவுக்கு வந்துவிட்டது... குற்றவாளியைக் கண்டுபிடித்தாகிவிட்டது... அவரே முன்வந்து தன் குற்றத்தை ஒப்புக்கொண்டுவிட்டார்...

(மௌனம்.)

டாக்டர்: அப்படியென்றால்... ஏன் இன்னும் நாம் தயங்குகிறோம்? இன்னும் என்ன வேண்டும்? குற்றவாளி தானாகவே வந்து ஒப்புக்கொண்டது போதாதா? குற்றத்தை

ஒப்புக்கொள்வதற்கான தைரியம் அவ்வளவு அசாதாரண
மான விஷயமா என்ன? அவர் வாக்குமூலம் நம்மை
என்ன செய்வது என்ற நிலைக்கா இழுத்துச் செல்கிறது?
பார்க்கப்போனால் நம் நீதிபதியும் திருப்தி அடைய
வேண்டும். நாம்கூடத்தான்...

(எல்லோரிடமும் ஒரு விதமான தயக்கம்.)

விவசாயி: நான் உங்கள் நன்மைக்காக அதைச் செய்தேன்.

மாணவன்: எங்கள் நன்மைக்காகவா?

விவசாயி: எப்படியும் யாராவது ஒருவர் அந்தக் காரியத்தை
முடித்திருப்பார். நான் இல்லையென்றால், வேறு ஒருவர்.
நான்தான் குற்றவாளி.

கான்ஸல்: நீ சொல்வதை நான் மட்டும் சுலபமாக நம்ப
முடிந்தால், குற்றமற்ற தன்மை என்ற நிலை, மெல்லமெல்ல
செய்யாத குற்றத்திற்குப் பொறுப்பு ஏற்கத் தயாராகிறவர்
பக்கம் சாய்கிறது என்று நான் உணர்கிறேன்.

(லாரி ஓட்டி விவசாயியின் பக்கம் செல்கிறான். ஆக்ரோ
ஷத்துடன்.)

லாரி ஓட்டி: நீயா? இங்கே என்னைப் பார், நீ இப்படிச் செய்
யக்கூடியவன் என்று நான் கொஞ்சம்கூட நினைத்ததில்லை.
உன்னால்தானே நாங்கள் இது எல்லாவற்றையும் சகிக்க
வேண்டி வந்தது? கைது செய்யப்பட்டது, சந்தேகங்களுக்கு
ஆளானது... (அவன் கோபம் மேலும் கூடுகிறது...) நீ
என்ன செய்துவிட்டாய் என்று உனக்குப் புரிகிறதா? உன்
மரமண்டைக்கு இது புரிகிறதா?

(லாரி ஓட்டி விவசாயியைத் தாக்குகிறான். அவனைத் தன்
பக்கம் இழுத்து, இறுக்கிப் பிடித்து மேலே தூக்குகிறான்.)

மாணவன்: (கடுமையான குரலில்) அவரை விடுங்கள் உடனே!

லாரி ஓட்டி: அவன் செய்த காரியம்...

மாணவன்: அவர்தான் அதைச் செய்தவர் என்றால் அதை யாராலும் மாற்ற முடியாது.

கான்ஸல்: நீங்கள் இப்போது என்ன ஆலோசனை கூறுகிறீர்கள்? குற்றவாளி தன் குற்றத்தை, நாம் முழுமையாக நம்பும் அளவுக்கு, நம்மை நம்பவும் வைக்க வேண்டும் என்ற அளவுக்கு இப்போது நிலை வளர்ந்துவிட்டது. குற்றத்தை ஒப்புக்கொள்ளும் தைரியம் நமக்கு இல்லாததால்தான் நாம் மற்றவர்களின் வாக்குமூலத்தை நம்புவதில்லை; வேறு மாதிரியாகச் சொல்ல வேண்டும் என்றால்: விரும்பத்தகாத முன்னுதாரணத்தை ஒருவர் கடைப்பிடிக்கிறார்.

மாணவன்: வாயை மூடிக்கொண்டிருங்கள்! *(தயக்கத்துடன்)* எங்கு ஒருவன் தானாகவே தான் குற்றம் புரிந்ததாகச் சொல்கிறானோ அங்குள்ள மற்றவர் எவருமே தங்களை முழுமையான நிரபராதி என்று கருதிக்கொள்ள முடியாது. ஸாஸோன் கொலை செய்யப்பட்டபோது இருந்த உங்கள் எல்லோருக்குமே இந்தக் கொலையிலும் பங்கு இருக்கிறது.

கான்ஸல்: என் ஞாபகசக்தி என்னைக் கைவிடவில்லை என்றால் நீங்களும் அங்கிருந்து அதிக தூரத்தில் இருந்ததாகத் தெரியவில்லையே...

மாணவன்: என் ஞாபகசக்திக்கு உயிரூட்ட உங்கள் ட்யூஷன் ஒன்றும் தேவையில்லை. என்ன நடந்தது என்று எனக்கும் தெரியும். அதைக் கண்டிப்பாக நீங்கள் நம்பலாம். தற்செயலாக அங்கு இருக்க நேர்ந்த ஒவ்வொருவரும் சூழ்நிலையின் கட்டாயத்தால் செய்ய நினைத்தது போல நானும் நினைத்தேன். அந்தக் கால நினைவுகள் பெரும்பான்மையினர் மனதில் கழிவிரக்கத்தைத் தவிர வேறு எந்த விதமான உணர்ச்சியையும் உண்டாக்குவதில்லை. உங்கள் கடந்த கால நிகழ்ச்சிகளில் நீங்கள் உங்களுக்கு ஏற்பட்ட துன்பங்களை மட்டுமே காண்கிறீர்கள். மனசாட்சி போடும் ஒவ்வொரு வரவுசெலவுக் கணக்கையும், தன்னைப் பற்றிக்

கழிவிரக்கம் கொள்ளவும் ஒரு சந்தர்ப்பமாக அந்த மன சாட்சி பயன்படுத்திக்கொள்கிறது. தங்களுக்கு ஏற்பட்ட துன்பங்களையே நினைத்து வருத்தப்பட்டு அதன் மூலம் தன்னைத் தானே புகழ்பாடும் மனப்பான்மையை நான் மதிக்க முடியாது. வேண்டுமென்றே இப்படி ஒருவர் வருந்தும் போக்கை நான் வெறுக்கிறேன். அதனால் உண் மையான துயரத்தையோ, தியாகம் செய்தவரின் கடும் மனத்துயரையோ புரிந்துகொள்ள ஒருவனால் இயலாது. மற்றவர்களின் துயரங்கள், மற்றவர்களின் வேதனைச் கத றல், மற்றவர்களின் மரண பயம் ஆகியவற்றை நம் நினை வில் தேடும் பழக்கத்தை நாம் வளர்த்துக்கொள்ள வேண் டும். கடந்த காலத்தை நினைவுகூரும் முயற்சிகளை இவ் வகையில்தான் நாம் தொடங்க வேண்டும்; தான் பட்ட வேதனைகளைக் கழிவிரக்கம் தோன்றும்வரை ஆராய்ந்து பார்ப்பதன் வாயிலாக அல்ல. ஆராய்ந்து பார்ப்பது: அது பட்டாம்பூச்சி சேகரிப்பவரின் வேலை. மரண பயத்தை அனுபவித்தவன், வேதனையால் கதறியவன் ஆகியோரின் நிலையில் நாம் நம்மை வைத்துப் பார்ப்பதுதான் நம்மிடம் எதிர்பார்க்கப்படுகிறது. கொடிய சித்திரவதையில் எழுந்த வேதனைக் குரலை உள்ளத்தால் உணர முடியும் என்ற நிலை வரும்வரை, பயங்கரத்தைக் கண்டுகொண்டதால் நம் கண்கள் தாமாகவே திறந்துகொள்ளும் நிலை வரும் வரை, நாம் நம்முடைய இந்த முயற்சியைத் திரும்பத் திரும்ப மேற்கொள்ள வேண்டும்... *(மௌனம்.)* நம்மில் ஒருவனால் ஸாஸோன் கொலை செய்யப்பட்டபோது நாமெல்லோரும் அங்கு இருந்தோம். அதைச் செய்தவன் எவனோ, அவனும் இந்த அறையில் இருக்கிறான். குற்றம் சாட்டப்பட்டவர்களின் வாக்கை நாம் கேட்டுவிட்டோம். நாம் ஒவ்வொருவரும் அவரவர் நிலையை விளக்கிவிட் டோம். இப்போது ஒவ்வொருவரும் நீதிபதிக்கான அதி

காரத்தை மேற்கொள்ள வேண்டும். அன்றுபோல் இன்றும் நாம் ஒரு வாக்கெடுப்பு நடத்த வேண்டும். அன்று அது நடந்தபோது நானும் இருந்தேன் என்பதால் மற்றவர்களைப் போல எனக்கும் ஒரு வாக்குதான்: அன்று பங்கு கொண்டவர்களில் இன்று இங்கு இருப்பவர்களைப் பற்றி மட்டுமே வாக்கெடுப்பு.

ஹோ. முதலாளி: *(அவநம்பிக்கையுடன்)* வாக்கெடுப்பா? எதைப் பற்றி? என்னைப் பொறுத்தவரையில் அது தேவையில்லை என்று நினைக்கிறேன். குற்றவாளியின் வாக்குமூலம் இருக்கிறது. எல்லாமே அதனால் நிரூபிக்கப் பட்டுள்ளது.

கான்ஸல்: நண்பரே, நான் சொல்வதுதான் சரி என்று சொல்லக்கூடிய அளவுக்குத் தைரியம் எனக்கில்லை. துப்பாக்கி முனையில் நிறுத்தினாலும் என் சந்தேகத்தை நான் தெரிவிப்பேன். சந்தேகம் ஒன்றுதான் நம் வாழ்க்கையைச் சகித்துக்கொள்ள உதவுகிறது.

மாணவன்: நம் வாக்கெடுப்பு ஒரு முடிவான தீர்ப்பை அளிக்கும். எல்லோரும் தயார் என்று நினைக்கிறேன்.

(மாணவன் துப்பாக்கியை மேஜையின் மீது வீசி எறிகிறான். மற்றவர்களைப் பார்க்கிறான். பிறகு அவர்களை நோக்கிச் செல்கிறான்.)

ஹோ. முதலாளி: இது எதற்காக? நான் இந்தத் துப்பாக்கியைத் தொட மாட்டேன்.

மாணவன்: நீங்கள் அதைத் தொட வேண்டிய அவசியமில்லை. யாருமே அதை எடுக்கத் தேவையில்லை—ஒருவரைத் தவிர, குற்றவாளி யார் என்று பெரும்பான்மையாக முடிவு செய்கிறோமோ அவரைத் தவிர. நான் குற்றவாளி என்று முடிவு வந்தால் நான். வேறு ஒருவர் என்றால் அவர். நான்

உங்கள் நீதிபதி என்பதை மறந்துவிடுங்கள். தயாரா? (தயக்கத்துடன்) எல்லோரும்தான்! கான்ஸல், ஏன் தயக்கம்?

கான்ஸல்: எத்தனை வேட்பாளர்களை—இந்த வார்த்தைக்கு நீங்கள் மறுப்புத் தெரிவிக்கவில்லை என்றால்—எத்தனை வேட்பாளர்களைக் குற்றவாளி என்று கருத்தில் கொள்ளலாம்? அதாவது, எத்தனை பேரை ஒருவன் குற்றவாளி என்று தேர்ந்தெடுக்கலாம்?

மாணவன்: நான் முன்னமே கூறினேனே. குற்றவாளியாக—இங்கு உள்ள ஒவ்வொருவரையுமே கருதலாம்... இப்போது கேட்கிறேன். உங்கள் வாக்கு யாருக்கு எதிராக?

(கான்ஸல் மௌனமாகிறார். அமைதி.)

யாருக்கும் இல்லையா! நீங்கள்?

லாரி ஓட்டி: இதோ, இந்த விவசாயி. அவரே சொல்லிவிட்டாரே. அவர்தான் குற்றவாளி.

மாணவன்: உங்கள் முடிவு?

வங்கி அதிகாரி: விவசாயியின் வாக்குமூலத்தைச் சந்தேகிப்பதற்கு இடமேயில்லை.

மாணவன்: அதாவது, அவர் குற்றவாளி.

வங்கி அதிகாரி: ஆமாம்! ஆமாம்!

மாணவன்: உங்கள் வாக்கு?

இஞ்சினியர்: என்ன செய்தேன் என்று அவரே கூறியுள்ளார். அவர்தான் குற்றவாளியாக இருக்க வேண்டும்.

மாணவன்: நீங்கள் என்ன சொல்கிறீர்கள்?

ஹோ. முதலாளி: சொல்வதற்குக் கஷ்டமாகத்தான் இருக்கிறது. அவருடைய வாக்குமூலத்தைத்தான் நாம் கேட்டோமே.

மாணவன்: டாக்டர்...

டாக்டர்: அவர் குற்றவாளி.

மாணவன்: வேறு ஏதாவது சொல்ல நினைக்கிறீர்களா?

டாக்டர்: நானா? இல்லை. நான் எல்லாம் சொல்லிவிட்டேன்.

(மாணவன் திரும்பி மெதுவாக விவசாயியை நோக்கிச் செல்கிறான். எல்லோரும் கவனிக்கிறார்கள். மாணவனின் சங்கடத்தையும், விருப்பமில்லாத ஒன்றைச் செய்யும் அவனது மனப்போராட்டத்தையும் எல்லோரும் உணருகிற தருணம். யாருடைய கவனமும் துப்பாக்கிமீது இல்லை. கான்ஸல் சர்வசாதாரணமாக மேஜையிலிருந்து துப்பாக்கியை எடுத்துக்கொண்டு மறுபக்கம் செல்கிறார்.)

மாணவன்: *(விவசாயியிடம்)* நீ என்ன சொல்கிறாய்?

விவசாயி: ஆமாம், ஐயா! நான்தான் குற்றவாளி.

மாணவன்: நீ குற்றத்துக்குப் பொறுப்பு ஏற்றுக்கொள்கிறாய். நாங்கள் எல்லோருமே நீ சொன்னதைக் கேட்டோம். ஆனால், ஒரு வித்தியாசத்தை நீ தெரிந்துகொள்ள வேண்டும்: குற்றத்தை ஏற்பது என்பது ஒன்று, ஆனால், குற்றவாளி யாக இருப்பது என்பது வேறு ஒன்று. இப்போது மீண்டும் ஒரு முறை உன்னைக் கேட்கிறேன்: எங்களில் யாரைக் குற்றவாளி என்று நீ கருதுகிறாய்?

(துப்பாக்கி வெடிக்கும் சத்தம். மின்னல் வேகத்தில் எல் லோரும் திரும்பிப் பார்க்கிறார்கள். கான்ஸல் நிலை குலைந்து சாய்வதைப் பார்க்கிறார்கள். அவரைச் சூழ்ந்து கொள்கிறார்கள். டாக்டர் சிகிச்சை அளிக்க முயலுகிறார்.)

ஹோ. முதலாளி: கான்ஸல்! என்ன செய்துவிட்டீர்கள்!

இஞ்சினியர்: துப்பாக்கியைப் பறியுங்கள்! சீக்கிரம்!

டாக்டர்: காலம் கடந்துவிட்டது. அவர் வாய்க்குள் சுட்டுக் கொண்டுவிட்டார். *(எழுந்து நின்று)* அவர் இறந்துவிட் டார்.

(எல்லோரிடமும் ஒரு படபடப்பு, ஆனால், நிசப்தமான சூழ்நிலை. மாணவன் வேறுபுறம் பார்க்கிறான்.)

லாரி ஓட்டி: ஏன்? அவர்தான் கொலைகாரரா? அவரா அதைச் செய்தது?

ஹோ. முதலாளி: கான்ஸல், நான் சொல்வது காதில் விழுகிறதா நண்பரே!

டாக்டர்: அவர் இறந்துவிட்டார். வீணான முயற்சி ஏதும் வேண்டாம்.

(கதவு திறக்கப்படுகிறது. காவலாளி வருகிறான்.)

காவலாளி: துப்பாக்கி வெடிக்கும் சத்தம் கேட்டது.

மாணவன்: நல்லது. நீ போகலாம். எங்கள் காரியம் முடிந்து விட்டது.

(காவலாளி சல்யூட் செய்த பிறகு வேறு பக்கத்தில் சென்று நிற்கிறான். கதவைச் சாத்துகிறான்.)

லாரி ஓட்டி: கான்ஸலா அதைச் செய்தது? நம்பவே முடிய வில்லையே.

(மாணவன் உணர்ச்சி ஏதும் வெளிக்காட்டாமலும், கண்களில் உயர் அதிகாரிக்குரிய பார்வையுடனும் மற்றவர்களை நோக்க, அவர்களில் சிலர் அவன் பக்கம் திரும்பிப் பார்க்கிறார்கள்.)

மாணவன்: வாக்கெடுப்பு நிறைவு பெற்றது. நீதிபதி என்ற அதிகாரத்தை நான் மீண்டும் எடுத்துக்கொள்கிறேன்.

விவசாயி: எப்படி இப்படி நடக்க முடியும், ஐயா? துப்பாக்கியை எடுத்துச் சுட்டுக்கொண்டுவிட்டாரே, ஏன், ஏன் ஐயா?

மாணவன்: தன் சந்தேகத்திற்காக அவர் இறந்தார். நீ குற்றவாளி என்பதை அவர் ஏற்றுக்கொள்ளவில்லை. தன் மரணத்

தின் மூலம், அவரால் தாங்கிக்கொள்ள முடியாத வேறு ஒருவரின் மரணத்தை அவர் தடுத்தார்.

விவசாயி: என்னால் புரிந்துகொள்ள முடியவில்லை, ஐயா!

மாணவன்: என்றாவது ஒருநாள் நீ அதைப் புரிந்துகொள்வாய்.

வங்கி அதிகாரி: நடந்தது வருந்துவதற்குரியதே; இப்போது என்ன செய்யப் போகிறோம்?

மாணவன்: குற்றத்திற்கான பரிகாரம் கிடைத்துவிட்டது.

(மெல்லிய குரலில், வேறு வழியில்லை என்ற உணர்வில்)

நீங்கள் போகலாம். உங்களுக்கு விடுதலை.

(மௌனம்.)

அதோ, அங்கே கிடக்கிறாரே, அவர் உங்கள் விடுதலைக்கு உதவி செய்திருக்கிறார். ஆனால், உங்கள் குற்றத்திலிருந்து உங்களை விடுவிக்க மட்டும் அவரால் முடியாது. போங்கள்! நீங்கள் போகலாம்: கொலைச் செயலுக்குப் பரிகாரம் நடந்துவிட்டது. ஆனால், அதன் பின்னணியில் இருக்கும் குற்றம் என்றுமே நம்மிடையே நமது மனசாட்சியை உறுத்திக்கொண்டே இருக்கும். ஏன் இன்னும் இந்தத் தயக்கம்? உலகம் உங்களுக்காகத் திறந்து கிடக்கிறது? ●

* * *